झेलम
ते
बिआस

लेखकाची इतर काही प्रकाशने

कादंबरी

जरंगा, १९७८, पाचवी आ. २०१३

धर्मा, १९७९, पंचविसावी आ. २०१५

काजोळ, १९८४, चौथी आ. २०१०

दशक्रिया, १९९५, नववी आ. २०१४

तंट्या, २००१, पाचवी आ. २०१३

आनंदघन, २००५, पाचवी आ. २०११

योगी, २००८, पाचवी आ. २०१६

जुगार, २०१०

महाराजा सयाजीराव, २०१२, सातवी आ. २०१४

प्रवासवर्णन

लागेबांधे, १९७५, चौथी आ. २००१

पांगोरे, १९९१, चौथी आ. २०००

झेलम ते बियास, २००५, तिसरी आ. २०१६

कैलास-मानस, २०१०, तिसरी आ. २०१५

चरित्र

जननायक तंट्या भिल्ल, २००२, दुसरी आ. २०१३

लोकपाळ राजा सयाजीराव, २०१३, चौथी आ. २०१५

क्रांतिकारक खासेराव जाधव, २०१५

मलाला, जाने. २०१५, चौथी आ. सप्टें. २०१५

कथा

कायापालट, १९८८, चौथी आ. २०००

आनंदाश्रम, २०११, दुसरी आ. २०१४

संपादन व अनुवाद

कोसलाबद्दल, १९७९, १९९६

श्रेष्ठ भारतीय बालकथा, २००१, आठवी आ. २०१३

श्रेष्ठ मराठी बालकथा, २००२, चौथी आ. २०१०

जोनाथन लिव्हिंगूस्टन सीगल, २०१०, दुसरी आ. २०१३

आरोग्य

निरोगी राहायचंय?

शिवांबू घ्या! योग करा!, २००४, आठवी आ. २०१४

आनंदी कसं जगावं?, २००९, चौथी आ. २०१२

झेलम
ते
बिआस

बाबा भांड

साकेत प्रकाशन

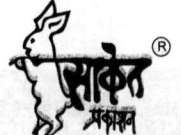

झेलम ते बिआस
प्रवासवर्णन
बाबा भांड

Zelam Te Bias
Travelogue
Baba Bhand

■
प्रकाशन क्रमांक - २७५
पहिली आवृत्ती - १९९०
दुसरी आवृत्ती - २०००
तिसरी आवृत्ती - २०१६

■
प्रकाशक
साकेत बाबा भांड
साकेत प्रकाशन प्रा. लि.
११५, म. गांधीनगर, स्टेशन रोड
औरंगाबाद - ४३१ ००५
फोन- (०२४०)२३३२६९२/९५.
www.saketpublication.com
info@saketpublication.com
■
पुणे कार्यालय
साकेत प्रकाशन प्रा. लि.
ऑफिस नं. ०२, 'ए' विंग, पहिला मजला
धनलक्ष्मी कॉम्प्लेक्स, ३७३, शनिवार पेठ
कन्या शाळेसमोर, कागद गल्ली
पुणे -४११ ०३०
फोन- (०२०) २४४३६६९२
■
अक्षरजुळणी : धारा प्रिंटर्स प्रा. लि.,
औरंगाबाद - ४३१ ००५.
■
मुद्रक : प्रिंटवेल इंटरनॅशनल प्रा. लि.
जी-१२, एम.आय.डी.सी.
चिकलठाणा, औरंगाबाद.
■
मुखपृष्ठ - राहुल शिंदे
■
चित्रे - विकास जोशी
■
किंमत : १०० रुपये

ISBN-978-93-5220-077-1

केसरीभाऊंना
काश्मीर - सहल आठवणीसाठी...

श्रीनगर :
सुरुवातीची सलामी

टॅक्सी श्रीनगर शहराकडे धावत होती. विमानतळावर उतरल्यापासून आजूबाजूला बघण्याचा प्रयत्न चालला होता. काश्मीरमध्ये पाय ठेवला होता; परंतु अजून काश्मीरचं वेगळेपण काही नजरेत भरलं नव्हतं. विमानतळाबाहेर पडताच गिऱ्हाइकामागं धावणाऱ्या रिक्षा, टॅक्सी, चालकांची ससेमिरा चुकविता चुकविता नेहमीचीच कसरत करावी लागली.

भारतातील नंदनवनात पाय ठेवला होता; परंतु त्याच्या प्रथमदर्शनी मात्र सगळीकडं बकालपणाच स्वागतास हजर होता. एक गोष्ट मात्र आल्हाद देणारी वाटली; ती म्हणजे इथली सुखद थंडी. औरंगाबाद-दिल्लीच्या रखरखत्या वातावरणातून इथं विमानाबाहेर येताच बोचऱ्या उबदार थंडीनं अंगात नकळत शिरशिरी जाणवली होती.

टॅक्सी ड्रायव्हरशेजारी बसल्यामुळं समोरचं सगळं नीट दिसत होतं. आणि दिसत होती त्याची रस्त्यातील मोठमोठे खड्डे चुकवण्याची कसरतही. रस्ता जागोजागी चांगलाच फाटलेला होता. फक्त फाटलाच नव्हता; तर काही ठिकाणचे खड्डे चांगलेच तापदायक, धक्का देणारे वाटत होते.

'रस्ता बहुत खराब हो गया....'
काही तरी सुरुवात करावी आणि ड्रायव्हरला बोलतं करावं, म्हणून मी हळूच तोंड उघडलं.

किंचित वाढलेल्या दाढीवरून डावा हात नकळत फिरवून, गव्हाळ रंगाच्या ड्रायव्हरनं माझ्याकडं बघून घेतलं. घोंगडीवजा कपड्याच्या ओव्हरकोटच्या बाह्या एका हातानं स्टिअरिंग सांभाळीत दुसऱ्या हातानं मागे सारल्या. बसल्या जागी थोडी हालचाल करून, तो एखाद्या खेळण्याला चावी दिली की, ते सुरू होतं- त्याप्रमाणे बोलू लागला.

'क्या बोलना, भाईसाब. ये सब लोक मट्टी भी खा रहे है.'

गेली चार वर्षं विमानतळ ते शहर या रस्त्याच्या दुरुस्तीचं काम सुरू आहे. रस्ता दुरुस्त केला की, काही दिवसांत पहिल्यासारखा होतो.'

नकळत मी मान डोलावून त्याला सहमती दिली. इथंही माती खाणाऱ्या माणसांनी आमचं स्वागत करावं, हे मला काही चांगलं लक्षण वाटलं नाही.

'ते ठीक आहे. सगळीकडंच हा प्रकार. आमच्याकडंही असेच मातीचे रस्ते. त्यात काश्मीरचा अपवाद नाही.' मी त्याला सांगण्याचा प्रयत्न करू लागलो.

आता त्याच्या चेहऱ्यावरील नाराजी मला दिसू लागली होती. मला वाटलं, त्याला विचारावं :

इतके टुरिस्ट येतात काश्मीरला. श्रीनगरचा हा विमानतळ ते शहरापर्यंतचा रस्ता तरी चांगला करता येणार नाही का? परंतु दुसऱ्या क्षणी मी माझा प्रश्न आवरता घेतला. कारण त्या प्रश्नाचं उत्तर त्याच्याकडे नसणारही, आणि उत्तर असलं, तर वर्षानुवर्षं रस्ता नादुरुस्त असणं किंवा मुद्दाम ठेवणं हीच तर मुळी आमची भारतीयांची खरी खासियत. त्याला हा रस्ता तरी कसा अपवाद असणार!

आता तुरळक घरांची वस्ती दिसू लागली. दूरवर डोंगरांच्या रांगा. डोंगराच्या माथ्यावर पांडराशुभ्र थर. त्याच्यावर ढगांची गर्दी. पिंजून ठेवलेल्या बर्फावर ढग मातीच्या ढिगाऱ्यासारखे दिसत होते.

'आताच कुठं सीझन सुरू होतो. तुमचीच पहिली बॅच असावी.' ड्रायव्हरच्या बोलण्यामुळं माझं लक्ष पुन्हा त्याच्याकडे गेलं. 'सीझन सुरू होतोय, म्हणजे?'
'एप्रिलच्या शेवटच्या आठवड्यात इकडे बर्फ वितळायला लागतो. या काळात टुरिस्ट काश्मीरला यायला लागतात. तसा ऑक्टोबर-नोव्हेंबरमध्येही काही माणसं येतात; परंतु खरा सीझन एप्रिल-मे चाच असतो.'

माणसांची गर्दी रस्त्यावर दिसू लागली-तशी पोलिसांची-विशेषतः राखीव पोलिसांची संख्याही डोळ्यांत भरण्यासारखी होती. टॅक्सी-ड्रायव्हर आता मोकळा बोलू लागला.
'तुम्ही कोठून आला?'

'महाराष्ट्रातून...... बम्बईसे.' महाराष्ट्रापेक्षा मुंबई लवकर कळेल, म्हणून त्याला म्हटलं.

'हाँ. तुम्ही केसरीसाहेबांची माणसं. महाराष्ट्र आणि मुंबई म्हटलं, की राजा आणि केसरी साहेबांच्या ट्रिप्स जादा.' 'तुम्ही ओळखता त्यांना.' 'अहो साहेब,

त्यांना कोण ओळखणार नाही?' 'तेच काय, सगळ्या टुरिस्ट कंपन्याच आमचे अन्नदाते. त्यांच्यासारख्या काही लोकांमुळंच ह्या काश्मीरमध्ये आमचा धंदा-पाणी नीट चालतो.' माझं मराठी मन नकळत ताठ होतं. 'तुम्ही सगळ्या प्रांतांची माणसं अनेक वर्षं पाहता. कोणत्या प्रांतातील प्रवासी वेगळे वाटतात?'

'नाही, भाईसाब, तसा फरक कसा करता येईल? आम्हाला सगळे प्रवासी देवासमान. ते आमचे गिऱ्हाईक. आणि सगळी गिऱ्हाइकं सारखी असतात. नव्हे कुठलंही गिऱ्हाईक हे चांगलंच असतं.' मी विचारलेल्या प्रश्नानं मलाच अवघडल्यासारखं होतंय. हे चांगले, ते वाईट, हे वेगळे, हे सगळे आमच्या मनाच्या विविध दुभंगलेल्या अवस्थांचे प्रकार. उगीच विचारला तो प्रश्न, वाटुन गेलं. त्यामुळं माझी मोजमाप करण्याची चुकीची पद्धती नकळत उघडी पडली होती.

टॅक्सी आता नदीच्या काठानं धावतेय. माणसांची गर्दीही आता वाढली आहे. हैदराबादच्या मुसा नदीकाठी आल्याची नकळत आठवण होऊन जाते.

'ही नदी झेलम. श्रीनगर शहर झेलमच्या काठी वसलेलं आहे. नदीत ह्या तरंगत्या होड्या म्हणजे गरिबांची घरं.' त्यानं माहिती पुरविली. पाण्यावर तरंगत्या होड्यांत आपापले संसार थाटलेली कुटुंब बघताना, हाँगकाँगच्या समुद्रात बघितलेल्या तरंगत्या झोपडपट्टीची आठवण झाली. जगाच्या पाठीवर कुठंही जा, गरीब आणि गरिबी सर्वत्र सारखीच असते. नव्हे, गरिबांना मुळी जातच नसावी. त्यामुळंच सर्व गरिबांची परिस्थितीही सारखीच असावी.

एक छोटा मुलगा एक होडी वल्हवीत आपल्या झोपडीकडे चालला होता. मुलगा असेल बारा-तेरा वर्षांचा. एकटाच होडी वल्हवीत होता. गळ्यात दप्तर वगैरे तर नाही ना! मी निरखून बघण्याचा प्रयत्न केला; परंतु तोपर्यंत आमची टॅक्सी पुढं गेली होती.

सिग्नलपाशी गाडी थांबली. गाडी बंद करून ड्रायव्हरनं आळोखे-पिळोखे दिले. आजूबाजूला एकवेळ पाहून घेतलं. 'दिवसभरात धंदापाणी कसा होतो?' माझ्या अचानक प्रश्नानं तो काहीसा गोंधळला. त्यानं चटकन उत्तर दिलं नाही. माझा हा व्यावहारिक प्रश्न त्याला कदाचित आवडला नसावा, असा मी अंदाज केला.

'वैसा ठीक है. नक्की कधीच सांगता येत नाही. त्यात गेल्या वर्षीपासून टुरिस्टही थोडे कमी झालेत.'

'कारण?'

'बस! तुम्ही वाचलंच असेल. काश्मीरमध्ये काही ठिकाणी सतत गडबड होण्याची भीती वाढत चालली आहे. त्यामुळं पूर्वीसारखी प्रवाशांची संख्या कमी होतेय. त्याचा परिणाम धंद्यावर होणारच. कारण चार महिन्यांच्या कमाईत आठ महिने गुजराण करावी लागणार.'

मी विचारावं, असं वाटत असणारा प्रश्न नकळत? त्यानंच काढला. ह्या अस्थिरतेमुळं टुरिस्ट कमी झाले, तर...' माझं बोलणं अर्धवट तोडत तोच म्हणाला, 'नही साब, असं झालं तर आमची अनेक माणसं भुकी मरतील. साऱ्या काश्मिरात टुरिष्टमुळं अनेकांचे व्यवसाय चालतात. नव्हे, तेच आमचे अन्नदाते आहेत.'

आता टॅक्सी एका विशाल सरोवराच्या काठानं चालली होती. ते दाल सरोवर होतं. दाल सरोवरात तरंगणाऱ्या असंख्य होड्या. काही सजविलेल्या. काही विशिष्ट आकाराच्या. वेगवेगळ्या आकर्षक नावांची ही तरंगती घरं. सीझन नुकताच सुरू झाला असल्यानं, गिऱ्हाइकांची वाट पाहात असावी.

दाल लेकचा किनारा सोडून टॅक्सी उजव्या गल्लीत घुसली. 'एक आणखी प्रश्न.' 'हा. विचारा, साहेब.' 'तुमच्या घरात किती जण कमावतात?' 'मी एकलाच. खाणारी सहा तोंडं आहेत. त्यामुळं एकेक दिवसाची कमाई महत्त्वाची.'

'अलीकडं बऱ्याचदा श्रीनगर बंद वगैरे असतं. त्या वेळी धंद्याचं काय?'

'बंद वगैरे दुसऱ्या मंडळीचं काम. आम्हां गरिबांना पोट पहिलं. त्यासाठी धंदापाणी पहिल्यांदा.'

हॉटेल कबीरसमोर टॅक्सी थांबली. धारा-साकेत सगळ्यांच्या अगोदर टॅक्सीबाहेर आली. सामान ठेवून मी परत टॅक्सीजवळ आलो.

'किती द्यायचे?'

'नाही साहेब. आपले पैसे केसरीसाहेब देणार आहेत.' 'चहा घेऊ.'

'नको. दुसरं प्लेन येतंय अर्ध्या तासात. आणखी सवाऱ्या आणायच्यात.'

टॅक्सी सुरू करून तो निघून गेला. पंधरा-वीस मिनिटांच्या प्रवासात त्याच्याशी झालेल्या गप्पांत मी त्याचं नावही विचारलं नव्हतं. नाही तरी नाव विचारून करायचं तरी काय? तो म्हणालाच ना! गरिबांना काम पहिलं असतं. पोट हेच त्यांचं नाव; आणि काम हेच त्यांचं गाव असतं. इथं मग नाव आणि जात या गोष्टींना महत्त्व येत नाही.

आम्ही सामान हॉटेल कबीरच्या स्वागत कक्षात ठेवलं. आणखीही प्रवासी थांबलेले. आपला क्रम केव्हा येतो, याची वाट पाहत थांबलेले. धारा-साकेत हॉटेलच्या आजूबाजूच्या मोकळ्या जागेत हिंडू लागले. काश्मीरला पोहोचल्याचं कुतूहल-आनंद त्यांच्या चेहऱ्यांवर दिसत होता. मी बसून होतो. मन भूतकाळाच्या पारब्यांचा पिच्छा सोडायला तयार नव्हतं.

एकोणीसशे एकाहत्तर-बहात्तर साल होतं. महाराष्ट्रात सर्वत्र भयाण दुष्काळ पडला होता. माझं ते पदवीच शेवटचं वर्ष होत. दररोजच्या वृत्तपत्रांत दुष्काळाचं भीषण चित्र वाचायला मिळत होतं.

दिवाळीच्या सुटीत गावी गेलो. गावातील सगळी घरं बंद. माणसं दुष्काळी कामावर गेलेली. आखरावर बसलेल्या आमच्या विश्वनाथ झाडवणानं सांगितलं,' मालक बंडीनीची काम चाललीया माळावर. सगळी माणसं गेलीया तिकडं.' गावाखालच्या माळावर चालत गेलो. गावातली सगळी माणसं माती खोदकाम करीत होती. त्यात होते माझ्या घरचे. शेजारचे. इतकेच काय गावातले सगळेच. लहान भाऊ-आई इतरांबरोबर माती खोदत होते. मला बघताच आई बाजूच्या, खोदून मोकळ्या केलेल्या मातीच्या ढिगाऱ्यावर बसली. लहान भाऊ बाजूला उभा राहिला.'

कधी आलास?' चौकशी केली. मी आजूबाजूला बघितलं. गावातली सगळ्या जातींची, सगळ्या धर्माची माणसं एकाच ठिकाणी कामाला भिडली होती. त्यांची जात, धर्म सगळं गळून पडलं होत.

पोट हीच त्यांची जात आणि काम करणं हाच त्यांचा धर्म बनला होता.

'अहो, कसला विचार करता आहात?' बायकोनं अचानक आवाज दिला, 'आपला नंबर आलाय.'

मी तंद्रीतून बाहेर आलो आणि हॉटेलच्या स्वागत-कक्षाकडं नाव नोंदविण्यासाठी यंत्रवत चालू लागलो.

✦✦✦

गुलमर्गचा घोडेवाला छोकरा

टंगमर्गपासून सुरू झालेली चडण संपली, तेव्हा लक्षात आलं की, आपण एका बर्फाच्या पठारावर येऊन पोहोचलो. टंगमर्गला रस्त्याच्या कडेला तुरळक बर्फ. इथं मात्र सर्वत्र पिंजून ठेवलेल्या कापसासारखा बर्फ दिसत होता.

आजूबाजूला उंच उंच डोंगररांगा, मध्येच दिसणारं एखादं उंच शिखर आणि त्यावर सर्वत्र ह्या रुपेरी रंगानं केलेली महिरपच वाटत होती.

समोर विस्तृत मोकळं मैदानही बर्फानं वेढलं होतं. मैदानाच्या कडेनं मात्र दाटीवाटी करून उभी होती बस-गाड्यांची रांग. बर्फ बाजूला सारून उघडा केलेला मूळ डांबरी रस्ता माणसांनी गजबजून गेला होता.

रस्त्याच्या दोन्ही बाजूंना बर्फात अर्धवट बुडालेली टुमदार घरं, काही हॉटल्स आणि टुरिस्ट हाउसेस बर्फ बाजूला करून गिऱ्हाइकांच्या स्वागतासाठी सज्ज झाली होती.

सर्वत्र बर्फ आणि निसर्गाचं हे अमोघ लेणं अंगा-खांद्यावर लेवून डोंगररांगांच्या कुशीतलं हे गुलमर्ग देशभरातील दुरिष्टांच्या आगमनाची वाट बघत असल्यासारखं वाटत होतं.

समोर, नजर पुरेल, तिथपर्यंत पसरलं होतं मोकळं बर्फाळलेलं मैदान आणि त्यावरील पांढरीशुभ्र बर्फाची गादी. जिथं मैदान संपल्याचा भास व्हायचा तिथं सुरू व्हायची डोंगर-टेकड्यांची चढण. त्यावर अधेमधे सरळसोट पाईन आणि फर झाडांनी नाकेबंदी केलेली. खुंट्याला एकेक जनावर बांधून ठेवावं, तशी बर्फात अर्धवट बुडालेली घरं आणि हॉटेल्स-बर्फ अंगाखांद्यावर घेऊन सज्ज झालेली.

बस थांबली, त्या ठिकाणापासून रोप-वे एक-दीड किलोमीटर अंतरावर होता. तिथपर्यंत पायी जाणं अथवा तट्टावर बसून जाणं हे दोन पर्याय होते. पायी जाण्यापेक्षा तट्टावर बसणं अनेकांनी पसंत केलं.

मी मात्र पायी जावं या विचारानं चालू लागलो. पायी चालताना दोन गोष्टींचा फायदा असतो. आपण आजूबाजूचा परिसर आणि निसर्ग मनसोक्त बघू शकतो आणि आपले पायही असतात जमिनीवर विचार करायला! त्याउलट, तट्टावर बसलं की, एकच विचार डोक्यात घर करून असतो. या घोड्यावरून आपण खाली पडणार तर नाही ना! या भीतीमुळं एक प्रकारचं बंधन येतं आजूबाजूचं सौंदर्य न्याहाळताना. नाकासमोर सरळ बघत असताना डावीकडं अगर उजवीकडं बघताना आपण घोड्यावरून घसरणार तर नाही ना, ही भीतीही असतेच.

यामुळं मी आणि पोरं-बाळं यांनी पायीच रोप-वेपर्यंत जायचं ठरवलं. एक पोरगा मात्र पिच्छा सोडीना! वय असेल बारा-तेरा वर्षांचं. शिडशिडीत. त्यानं अंगापेक्षा मोठ्या आकाराचा ओव्हरकोट घातला होता. त्याचे पायही त्यात झाकून गेले होते. लालभडक रंगाच्या कानटोपीमुळं त्याचा फक्त गोरापान उघडा चेहराच उठून दिसत होता. बसमधून उतरल्यापासून हा पोरगा मागं लागलाय.

'भाईसाब, सिर्फ बीस रुपये... सब पॉईंट दिखाता हूँ. घोडेपर बैठकर सैर करो.' त्याचं सारखं टुमणं. सुरुवातीसुरुवातीला मी त्याच्याकडे दुर्लक्ष केलं. 'नाही, बाबा, आम्हांला घोड्याची गरज नाही. आम्ही आपले पायी चालतो. तू दुसरं गिऱ्हाईक बघ.' त्याला झिडकारण्याचा माझा प्रयत्न त्यानं चिवटपणानं हाणून पाडला.

'पण आम्हांला आहे ना गरज, तुमच्यासारख्या दिलदार गिऱ्हाइकाची!' हसून तो म्हणाला. त्याच्या आर्जवी बोलण्यानं मी विरघळलोच. गिऱ्हाईक पटवण्यासाठी आर्जवी बोलणं मी समजू शकतो; परंतु या कोवळ्या वयाच्या पोरानं मात्र सुरुवातीसच आमचं लक्ष वेधून घेतलं होतं.

छोट्या साकेतकडं वळत मी म्हटलं, 'तू बैस घोड्यावर. हवं, तर धारालाही घे बरोबर.' माझं बोलणं अर्धवट तो समजला असावा. 'बच्चे मंडळी बसतीलच; परंतु आपण राजा-राणीसुद्धा बसा. आणखी एक घोडा आहे आपल्या मदतीला...'

'नको रे, बाबा.' म्हणून मी इतर प्रवाशांमागून चालू लागलो. 'ठीक है. आपली इच्छा नसेल, तर नका बसू घोड्यावर. मी तुम्हांला इथल्या पॉईंटची माहिती सांगितली, तर चालेल ना?' तो पिच्छा सोडत नाही, हे बघून मी म्हटलं,

तू आमच्याबरोबर चल. मुलं थकली की, बसतील तुझ्या तट्टूवर. नाही थकली, तर तू फक्त बरोबर चल. तुझी मजुरी मिळेल. मग तर झालं ना?'

'घोड्यावर न बसता मजुरी घेणं, बरोबर नाही आणि...' तो बोलायचा थांबला. आजूबाजूला बघू लागला. हे गिऱ्हाईक काही कामाचं नाही, असा त्याचा ग्रह होत चालला असावा. माझ्या ते लक्षात येताच मी म्हटलं, 'तुला भरोसा येत नाही का आमचा?'

'भरोसा न ठेवून कसं चालेल, मालक?' थोडा विचार करून तो पुढं म्हणाला, 'ठीक आहे. मी येतो तुमच्याबरोबर. हवं, ते द्या. वाटलं, तर बसा घोड्यावर.' असं म्हणून त्यानं हातातील लगाम घोड्याच्या पाठीवर टाकून घोड्याच्या मागील भागी हातातील छडीनं एक रट्टा हाणला. घोडं पुढं तुरुतुरु चालू लागलं. 'आपली एक बॅग तरी द्या माझ्याजवळ...' त्यानं पुन्हा प्रयत्न करून बघितला.

'असू दे, काही ओझं नाही बॅगेत..'

'साहेब, ते घर दिसतं ना?,' बर्फात अर्धवट बुडालेल्या टुमदार बंगल्याकडं बोट दाखवत तो म्हणाला, 'तो आहे बॉबीचा कमरा.'

'बॉबी?'

आमच्या अज्ञानाची कीव करत तो म्हणाला, 'तो राज कपूरचा बॉबी नाही का? सिनेमा! एक कमरे में बंद और चाबी खो जाय.' आणि तो हसू लागला. 'त्या ठिकाणी शूटिंग झालं होतं. आपल्याला जाता येतं तिथंपर्यंत; पण ह्या वर्षी बर्फ सूप साचलाय. रस्ता नाही झाला अजून.'

'तू बघितलास बॉबी?' माझा मध्येच प्रश्न.

'नहीं साब.'

'दुसरे सिनेमे बघितले असशीलच ना.' 'पाहतो वर्षातून एखादा... परंतु आम्हांला कुठं परवडतं नेहमी- नेहमी दूर गावी जाऊन मुद्दाम सिनेमे पाहायला?'

'तुझी कमाई तर चांगली दिसते. एका सवारीचे पंधरा-वीस रुपये मिळतात एका वेळेस. दिवसभरात एक-दोन सवाऱ्या मिळाल्या, की चंगळच!' त्यानं माझ्याकडे बघितलं. तो काहीच बोलला नाही. समोर विद्युत महामंडळाचे कामगार बर्फ उचलून विजेचे खांब रोवण्याचं काम करीत होते. डाव्या बाजूला काही कापडी तंबू आणि त्यासमोर चहाचे पुटके घेणारे काही अधिकारी येणाऱ्या टुरिस्टकडे बघताहेत. पांढराशुभ्र पाण्याचा एक खळाळता ओढा मागे पडताच

पोरगा पुन्हा म्हणाला, 'तो बंगला बघा. इंदिराजी आणि फिरोज गांधी इथं आले होते-हनीमूनसाठी...' त्याच्याकडे बघत मी विचारलं, 'काय असतं हनीमून म्हणजे?'

'अमीर माणसं पैसे खर्चून इथं राहतात. मजा करतात. खूप महाग असतं हनीमूनचं राहणं...' त्याच्या बालसुलभ मनाला फार न ताणता मी विषयांतर करीत विचारलं,

'रोप वेनं वर गेलं की, काय आहे बघण्यासारखं?' 'बस, बर्फ और बर्फ!' आणि तो हसला. रोप वेच्या तळापर्यंत आम्ही पोहोचल्यानंतर तो म्हणाला, 'आपण जाऊन या वर. मी वाट पाहतो आपली. उंच उंच टॉवरवर तरंगत्या पाळण्याची एक रांग वर जात होती आणि दुसरी रांग खाली येत होती. क्षणभर पाळणा थांबला की, त्यातील प्रवासी पटकन खाली उतरायचे आणि दुसऱ्या बाजूनं प्रवासी आत घुसायचे.

चढताना आणि उतरताना काहींची चांगलीच तारांबळ उडत होती आणि सगळ्यांच्या चेहऱ्यांवर एक प्रकारची भीती आणि उत्सुकता दिसत होती. एका पाळण्यात मी आणि साकेत, दुसऱ्यात धारा आणि तिची मैत्रीण, आणि तिसऱ्यात आशा आणि तिची मैत्रीण अशा जोड्या ठरल्या. पाळण्याच्या दोन्ही बाजूंनी दोघांनी चटकन बसायचं आणि समोरील संरक्षणाचा दांडा वर करायचा. हे काम होईपर्यंत पाळणा वर जाऊ लागला. चांगलं दोन अडीच किलोमीटर अंतर असावं. जमिनीपासून उंच अशा लोखंडी टॉवरवर लोखंडी दोरांच्या साहाय्यानं सरकणाऱ्या पाळण्यात बसणं एक प्रकारचं थ्रिलिंग वाटायचं सगळ्यांना. असलाच अनुभव मी घेतला होता. वीस वर्षांपूर्वी कॅनडातून अमेरिकेला येताना, रस्त्यात गांडोला गावी अशाच पाळण्यात बसलो होतो. पर्वताच्या पायथ्यापासून शिखरापर्यंत गांडोला इथं पाळण्यानं जाता येतं. गुलमर्गचं हे अंतर मात्र कमी होतं, पाळण्यातून बाहेर पडलो.

समोर, खाली, दूरवर दिसत होतं गुलमर्ग. बर्फात बुडून गेलेली छोटी घरं. माणसं आणि घोड्यांचा अस्पष्ट दिसणारा गर्दीचा पुंजका. ह्या गर्दीत आम्हांला सोबत करणारा घोडेवाला पोरगा दिसणंही शक्य नव्हतं.

समोर होतं छोटंसं हॉटेल आणि बर्फावर मांडलेलं फर्निचर. लाकडी खुर्च्यांवर बसताना मनात वाटत होती भीती. गरम आलू परोठा आणि गरम कॉफीचे घुटके बर्फाच्या राज्यात पोटात ढकलताना आली तेवढीच हुशारी. नदीच्या

प्रवाहात पायाखालची वाळू नकळत सरकत जाते, कळतही नाही, त्याप्रमाणे खुर्चीच्या पायाखालचा बर्फ वितळून खुर्ची कोलमडली आणि आशा बर्फावर पडली. तोपर्यंत परोठा, कॉफी देणारा पोरगाही धावला मदतीला. उताराच्या जागेवरची ती खुर्ची सपाट जागेवर ठेवून तो हसत म्हणाला,

"अब बैठो, बहेनजी, अब नहीं गिरेगी"

'बारा रुपयांत हे काही महाग नाही,' आमच्या कॉमेंट्सवर तोही हसू लागला.

बर्फावर खेळताना पोरांना वेळेचं भानही राहिलं नव्हतं. दोन-तीनदा सांगूनही ती बर्फातून उठायलाही तयार नव्हती. आम्ही चलतो पुढं, तुम्ही या मागाहून, म्हणताच, नाखुशीनं ती धुसफुसत पाळण्याजवळ आली.

समोर बर्फाच्या डोंगराचा आकार वाटीसारखा दिसत होता आणि ह्या खोलगट भागात गुलमर्ग गाव इथंतिथं अस्ताव्यस्त पांगलेलं दिसत होतं. पाळणे पुन्हा खाली आले. समोर गर्दीत तो तट्टूवाला पोरगा हात हलवून, मी इथंच आहे, असं सांगत होता जणू! पाळण्यातून बाहेर पडताच तो समोर आला.

'मजा आया ना, साब? चला आता. आता मात्र तुम्ही नक्कीच थकला असाल. घोड्यावर बसावं लागेलच.' त्याचा अंदाजही बरोबर होता. तो लहान असूनही प्रवाशाचं मानसशास्त्र त्याला नीट कळत असावं. कारण वरपर्यंत जाणारा प्रत्येक प्रवासी बर्फावर खेळून, चालून चांगलाच थकलेला होता, हे त्यानं नीट ओळखलं होतं.

एका घोड्यावर आम्ही सगळे बसणं शक्यही नव्हतं. आमची आपसांत चाललेली चर्चा त्याच्या तेव्हाच लक्षात आली. 'आणखी दोन घोडे आहेत. एकावर बेटा-बेटी आणि दुसऱ्या दोन घोड्यांवर राजा-राणी!'

आमच्यासारखे प्रवासी म्हणजे त्याचे दररोजचे होते राजा-राणीच. राज्य आणि अधिकारही नसलेले राजा-राणी घोड्यावर बसले की, आपण घोड्यावरून पडतो की काय, ह्या विचारानं भेदरून जात. निसरडा रस्ता पार करीपर्यंत आम्ही गप्प होतो सगळेजण. त्यात त्याची पुन्हा टकळी सुरू झाली. आमची बस थांबली, ती जागा आता स्पष्ट दिसू लागली होती. निसरड्या रस्त्यावर घोडा घसरणार तर नाही ना?

'कसं वाटलं गुलमर्ग, साहेब?'

'तुला कसं वाटतं इथं दररोज?' माझा प्रतिप्रश्न. 'आम्हांला काय वाटणार? तुमच्यासारखे प्रवासी आले की, आमची दिवाळी असते.' त्याचं हुन्नरीचं उत्तर. 'दररोज तोच घोडा, तीच माणसं, आणि तीच गिऱ्हाइकांची मनधरणी करताना ह्या दिवाळीचा कंटाळा येत नाही का?' 'कंटाळा करून कसं चालेल? कंटाळा केला, तर गिऱ्हाइकाची गैरसोय होणार नाही का?

माझ्या प्रश्नाला त्यानं चांगलीच बगल दिली होती.

आता घोडातळ जवळ आला होता. 'साहेब, एक विनंती. जी काय बक्षिसी द्यायची असेल, ती इथंच द्या. तिथं दिली, तर...' तो बोलायला थांबला. 'अरे, एकदा तुझी आणि घोड्याची रक्कम द्यायचं ठरल्यानंतर वेगळी बक्षिसी कशासाठी?'

'घोड्यावर बसण्यासाठी तुम्ही जे देणार, ते सगळं घोड्याचा मालक तुमच्यासमोर घेणार.' 'म्हणजे? हा घोडा तुझा नाही?' तो कसनुसा हसला.'

'नाही, साहेब, घोडा कुठला आला आमचा! इथं घोडे आमचे कुणाचेच नसतात आणि घोड्याचा मालक कशाला येईल तुमच्याबरोबर? इथं घोडे धरणाऱ्या कोणत्याच माणसाचे स्वतःचे घोडे नाहीत. घोड्याचे मालक आहेत दुसरेच. आम्ही आहोत सगळे नोकर.'

घोडातळ आला. आम्ही सर्वजण खाली उतरलो. प्रत्येकी दहा रुपये मुलाकडे देत असतानाच एक मनुष्य पुढं आला. पोराकडून सगळे पैसे काढून घेऊन त्यानं पैसे खिशात कोंबले. पोरानं घोडा एका ठिकाणी बांधला.

घोडा त्याच्या मालकीचा नाही, हे मला अगदी शेवटी कळलं होतं आणि तो हेही सहज सांगून गेला होता की, इथं सगळ्याच घोड्यांचे मालक वेगळे आहेत. घोडे धरणारे सगळेच नोकर.

आम्हांला जेवणास अजून उशीर आहे, हे बघून पाय नकळत घोडेतळाकडे ओढले गेले. गेले काही क्षण त्या पोराशी बोलताना आलेली मजा, घोडा त्याचा नाही, ह्या माहितीनं नकळत संपून गेली होती.

जिथं जेवणाची व्यवस्था होती, त्या हॉटेलसमोरचं मैदानही बर्फानं माखलेलं. त्याला लागून रस्ता. रस्ता आणि मैदानाची हद्द कायम करणाऱ्या लाकडी कठड्यावर तो पोरगा बसलेला.

मला जवळ आलेलं बघून तो उठून उभा राहिला. 'काय, साहेब, निघालात?' त्यानं आशाळभूतपणे विचारलं. त्याला बक्षिसी घ्यायची राहून गेली, हे पुन्हा-पुन्हा मनाला डाचतंय.

'आता तुला गिऱ्हाईक नाही का?' आता उशीर झालाय. इतक्या उशिरा गिऱ्हाईक मिळणं शक्य नाही. आता तर थोड्या वेळानं सगळे प्रवासी परतू लागतील श्रीनगरकडं.'

'तुला स्वतः घोडा घ्यावा वाटत नाही का?' माझ्या ह्या प्रश्नावर तो माझ्याकडे बघतच राहिला. ही कल्पना त्याला अशक्य कोटीतील वाटली. त्यामुळं तो गप्प होता. 'तुझे वडील काय करतात?' 'तेही माझ्यासारखंच काम करतात. भाऊ खाली टंगमर्गला हेच काम करतो.'

'सगळ्यांच्या कमाईतून घोडा घेता येणार नाही का?'

'साहेब, हे कसं जमणार? जेव्हा काम नसतं तेव्हा घोडामालक खायला धान्य देतो. त्या पैशासाठी आता काम करावं लागतं. पुन्हा जेव्हा बर्फ पडतो, काम नसतं तेव्हा पुन्हा मालकच मदत करतो.' 'आज तुला दिवसाला किती रुपये देतो मालक?'

'महिन्याला शंभर रुपये.'

मी गप्प झालो. ही पुन्हा एक प्रकारे वेठबिगारीच होती. ह्याच्या आजोबा-पणजोबांपासून सुरू झालेली आणि कधीही न संपणारी.

त्याला बक्षिसी देण्यासाठी मी खिशात हात घातला; परंतु मनात सारखा एकच विचार, 'त्याच्या फाटलेल्या ह्या गोधडीला कुठं बसणार हे आमचं बक्षिसीचं छोटंसं अस्तर?'

अच्छाबलचा रामसिंग

अनंतनाग शहराच्या अलीकडं सगळ्या बसेस थांबल्या होत्या. गेल्या आठवड्यात अनंतनागमध्ये गडबड झाली होती. त्यामुळं सर्वत्र कडक बंदोबस्त डोळ्यांत भरण्यासारखा.

चौकशीनंतर बसेस सुरू झाल्या. सरहद सुरक्षा दलाचे हत्यारधारी जवान जागोजागी उभे. चौका-चौकांत इमारतीच्या आश्रयानं किंवा उघड्यावर उभारलेल्या तंबूत जवानांच्या चौक्या थाटलेल्या. अनंतनागचं हे दर्शन लहानपणी कैरो शहरात बघितलेल्या दृश्याची आठवण करून देत होतं.

जागतिक स्काउट मेळाव्यासाठी मी त्या वेळी अमेरिका-कॅनडाकडे जायला निघालो होतो. दिल्ली सोडल्यानंतर पहिलाच परदेश म्हणजे कैरोत उतरलो. कैरो विमानतळावरून हॉटेलकडे येताना रस्त्यात सर्वत्र जागोजागी सैनिकांचा पहारा दिसत होता. घरांसमोर पोत्यात वाळू भरून आडोसा निर्माण केलेला होता. रस्त्यावर माणसांपेक्षा सैनिकांचा वावर जास्त दिसत होता अरब- इस्रायल युद्धाचे ते एकोणसत्तर सालातील युद्धाचे दिवस होते. परदेशाच्या ह्या पहिल्याच दर्शनानं मी त्या वेळी चांगलाच हिरमुसलो होतो.

अनंतनागमधील वातावरणही काहीसं तसंच वाटत होतं. गेले दोन-तीन दिवस इथं संचारबंदी होती. अन् सकाळी काही तासांसाठी संचारबंदी उठवली होती. तरीही रस्त्यांवर माणसांची फारशी गर्दी दिसत नव्हतीच. याउलट, सुरक्षा जवानांची संख्या मात्र चांगलीच जाणवत होती.

बस गावातून जात असताना गेल्या आठवड्यात उसळलेल्या दंगलीच्या खाणा-खुणा अर्धवट जळालेल्या दुकानांवरून आणि सरकारी कार्यालयाच्या नामफलकांच्या मोडतोडीतून दिसत होत्या.

अनंतनाग हे काश्मीरमधील एक मोठं आणि महत्त्वाचं शहर. हिंदू- मुस्लिमांच्या संमिश्र वस्तीचं गाव. गेले काही दिवस हे गाव स्फोटक बनत चाललं होतं.

नासधूस झालेली दुकानं आणि घरांची डागडुजी करण्यासाठी माणसं पुन्हा जोमानं कामाला लागतील आणि पुन्हा कधी दंगल उसळून येईल, हे सांगता येत नाही.

अनंतनागजवळच्या अच्छाबलला बसेस थांबल्या. बसबाहेर उतरलो. पावसाची भुरभुर सुरू झाली होती. पावसामुळं थंडीही वाढली. गेल्या चार-पाच दिवसांनंतरच थंडीचा तडाखा जाणवू लागला.

अच्छाबल हे निसर्गरम्य ठिकाण.

अच्छाबल म्हणजे उत्तम झरा. मोगल बादशहा जहांगीरने ती बाग तयार केली आणि शहाजहानची मुलगी जहाँआरा बेगमनं बागेतला मंडप बांधला- कारंजे तयार केले. हे पुस्तकात वाचलं होतं.

डोंगरातून वाहत येणाऱ्या पाण्याचा उपयोग नैसर्गिकरीत्या कारंज्यांसाठी करून सुंदर बाग तयार केली होती. डोंगरकाठावर उंच-उंच झाडांच्या गराड्यात वेगवेगळ्या टप्प्यांतील ही बाग तयार केली होती.

पावसाचा जोर वाढला. सगळेजण बागेतील बारादरी असलेल्या इमारतीत गर्दी करून जमले. बारादरीखालून पांढऱ्याशुभ्र पाण्याचा खळाळता प्रवाह वाहतोय. डोंगरातून येणाऱ्या ह्या पाण्याच्या प्रवाहानं बागेचे सारखे दोन भाग केले होते. ह्या प्रवाहातच जागोजाग कारंजी बसविलेली होती. बारादरीसमोर, वरच्या बाजूनं तशीच आणखी एकमजली इमारत होती. बारादरी मात्र दुमजली होती.

पाऊस कमी झाला. बारादरीतील गर्दी कमी झाली. बागेत चक्कर मारावी, या विचारानं बाहेर पडलो. बारादरीच्या डाव्या भिंतीकडून पाण्याच्या प्रवाहाकाठानं वरच्या इमारतीकडे जाऊ लागलो.

'नमस्ते, राजासाब! मैं फिजिकली रिटायर्ड मिलिटरी सिपाई-रामसिंग!'

अचानक आलेल्या आवाजानं मी भिंतीकडं बघितलं. बारादरीच्या दगडी भिंतीला टेकून तो उभा होता. मिलिटरीचा हिरवा पोशाख अंगावर. कपड्याचा रंग मळल्यामुळं आणखीच फिकट आणि उडल्यासारखा दिसत होता. त्याच्या

अगत्यपूर्वक नमस्काराचा स्वीकार करून, पुढं चालावं, त्या विचारात असताना त्याचं दुसरं वाक्य पुन्हा ऐकायला मिळालं. 'मी भिकारी नाही. लाचारही नाही. परंतु, साहेब, हे पोट फार वाईट आहे. गप्प बसू देत नाही.' 'सगळ्यांचा प्रश्न तोच आहे.' मी त्याचं बोलणं गुंडाळण्याच्या विचारानं बोलून गेलो.

'नाही, साहेब, प्रश्न तोच असला, तरी सगळ्यांचं पोट सारखं नाही. काहींचं मोठं, तर काहींचं त्याहून खूप मोठं. याउलट माझं...हे एवढं... एक-दीडवितीची ही पोटाची खळगी गप्प बसू देत नाही.'

'तुमचं नाव काय सांगितलं?

फिजिकली रिटायर्ड फौजी सिपाई-रामसिंग'

'नाव तर फार छान!

'हाँ, इथंच तर घोटाळा झालाय. नाव रामसिंग आणि दिनभर भूकासिंह!' स्वतःच या कोटीवर तो खदखदून हसला.

'मी काय करावं असं वाटतं, भूकासिंग?'

'हे तर चांगलंच आहे, माझ्या नावामुळं तुम्हांला पोटाची सतत आठवण होत जाईल.' आमच्या वाढत चाललेल्या गप्पांमुळं माझी मुलगी कंटाळली. तिला समोरच्या कारंज्यासमोर फोटो काढायचा होता. तिची नाराजी रामसिंगनं ओळखली.

'तुमचा फोटो काढू का? बघा, 'आठवण ठेवाल ह्या...'

'एक फोटो काढा आमचा दोघांचा.'

'एक का, चांगले दोन काढतो ना!'

आतापर्यंत भिंतीला टेकून उभा असलेला रामसिंग, डाव्या हातानं भिंतीचा आधार घेऊन सरळ उभा राहिला. पाठीमागं आडोशाला उभी केलेली काठी बाहेर काढली. 'चला, साहेब, तो स्पॉट चांगला आहे.' समोर एका ठिकाणाकडं बोट दाखवून तो चालू लागला. डावा पायच नव्हता त्याला. काठीच्या आधारानं एकाच पायावर उड्या मारत चालताना तुटलेल्या पायाची गुडघ्यापासून खालील पँट झटक्यासरशी मागं-पुढं हालत होती.

रामसिंग पुढं होता. त्याच्यामागून आम्ही.

पाठीवर शर्ट एक-दोन ठिकाणी फाटलेला आणि कमरेला प्लास्टिकचा लाल मग लटकावलेला-पिस्तुलासारखा.

'हाँ. हे ठिकाण चांगलं आहे. इथं उभे राहा.'

त्याच्या सूचनेप्रमाणे फोटो-सेशन होताच, मी धाराला तिच्या मैत्रिणीकडं पिटाळलं.

'रामसिंगजी, आपण बसू इथं हिरवळीवर. उभं राहून तुमचा पायही दुखेल.'

'अरे, साब! पाय कशासाठी आहे? चालणं आणि उभं राहणं हे तर पायाचं काम. आणखी एक गंमत आहे बघा, साहेब! दोन पाय धड असले की, एक पाय आळशी बनतो कधी-कधी.'

मी 'समजलं या अर्थानं मान डोलवली.

'मी म्हणतो, म्हणून हो म्हणू नका, साहेब. आता तुम्ही सांगा. एका ठिकाणी तुम्ही फार वेळ उभे राहिलात, तर एका अंगावर उभे राहता. नकळत एक पाय शरीराचा भार पेलतो आणि दुसरा पाय आळशी बनतो.'

'पण जिथं एकच पाय असतो, तिथं ही पळवाट नसते. आणखी एक सांगू, साहेब! तुम्ही म्हणाल, हा रामसिंग लागला बोअर करायला.' 'तसं वाटेल, त्या वेळी मी थांबवीन तुम्हांला.'

'हाँ. ये हुई बात. माणसानं असं वागलं पाहिजे. पटलं तर हो म्हणायचं. नाही पटलं, तर तोंडावर नाही म्हणायचं.' त्याचं पाय-पुराण मला आवडू लागल्याचं त्यानं हेरलं असावं.' माझा एक मित्र आहे. अनंतनागला शिकवतो कॉलेजला. सुटी असली की, आमची मैफल जमते. तो नेहमी म्हणतोः पाय पाहणं एक मजा आहे!'

मी कान टवकारले

'त्याचा तो छंदच आहे. किती आहेत पाय! रस्त्यावर चालणारे. चिखल-धुळीनं माखलेले, सुटा-बुटाच्या टोकाशी बुटात जेरबंद केलेले, नाजूक चपलांच्या आवरणांनी गुदमरलेले गोरे-गोमटे पाय आणि डोंगर-माथ्यावर फिरणारे राकट पाय...'

'रामसिंग, बराच कविमनाचा दिसतो तुमचा मित्र!' 'अरे, साहेब, गणिताचा मास्तर तो. परंतु बोलायला लागला, की समोर थुई-थुई नाचणारा कारंजा थक्क होऊन जातो.' 'तुमचा काय छंद आहे?' त्याचं बोलणं मध्येच थांबवल्यामुळं तो काहीसा बेचैन झाला.

'एक मिनिट, साब. मित्राचं सांगून संपवतो. मग विचारा इतर. तर मित्र सांगायचाः काही पाय पायच नसतात. पायांचं काम जमिनीवर चालणं, इमान-

इतबारे. इथं आवड-निवड काही असो. मग ते पाय उघड्या-बोडक्या रस्त्यावरचे असो, गाडी-घोड्यावरचे असो, की विमान-रेलमधील असो. पण कधी-कधी पायच बेइमान होतात. हातांचा हेवा करू लागतात. डोक्याचं वर्चस्व नाकारू पाहतात. पोटाची त्यांना गरज वाटत नाही.'

त्याची ही पाय-फिलॉसफी डोक्यावरून गेली. इतर बऱ्याच गोष्टी त्याला विचारायच्या बाकी होत्या; परंतु तो थांबत नव्हताच. 'शेवट जवळ आलाय, साहेब. फार वेळ आता तुम्हांला मी छळणार नाही. नाही तरी हा रामसिंग थोडाच भेटणार आहे पुन्हा?

इथंच सारा घोटाळा होतो. डोक्यात हवा शिरू देऊ नये, आपण श्रेष्ठ असल्याची. पोटानं बढाई मारू नये, सगळ्यांच्या मालाचा पुरवठा करीत असल्याची. पायांनी घमेंड करू नये, जगाचा बोजा आपणच वाहत असल्याची.

'पण असं कधी होत नाही, हा इतिहास आहे. तुमच्यापुढं उभा आहे साक्षीदार म्हणून. अरे, हो, परंतु इथं साक्ष कोण कोणाची काढणार. कारण सगळेच बसले प्रेक्षकांच्या गॅलरीत. आरोपीच्या पिंजऱ्यात उभा आहे हा रामसिंग, आपली कैफियत सांगत.'

त्याच्या सांगण्याचा सारांश हळूहळू लक्षात येऊ लागला. 'तू तुझीच गोष्ट तर सांगत नाही ना, रामसिंग?'

रामसिंग किंचित हसला.

'ही अनेकांची गोष्ट आहे. रामसिंग त्यातलं एक पात्र समजा.' 'पाय कोणत्या युद्धात तुटला?' 'तेही महत्त्वाचं नाही, साहेब. पळणारे पाय तुटायचेच कधी तरी!' त्याचं पुन्हा पाय-पुराण सुरू होणार, म्हणून मीच म्हटलं, 'तुमची इतर माहिती कळली, तर...'

'पाणी झोडपण्यासारखं. मारणाऱ्याला वाटतं, मार बसतो; परंतु काठी पाण्यात कधी शिरते, आणि हात नकळत लुळा पडतो. लक्षातच येत नाही. असं होतं माझं, इतर माहिती विचारली की!' आतापर्यंत पाय, पोट, डोकं आणि त्यांच्या कार्याबद्दल तत्त्वज्ञान सांगणारा रामसिंग, असा कोड्यात बोलू लागला.

'पेन्शन वगैरे?'

'अरे, साहेब, थूः त्या पेन्शन देणाऱ्यावर! आमच्या हाता-पायाचा सौदा करून पेन्शनची मलमपट्टी करणाऱ्याला ठोकरलं त्या पठ्ठ्यानं! ती लाचारी पत्करली नाही, म्हणून तर पायावर ताठपणे उभा आहे हा रामसिंग!'

सुरुवातीला पोटाच्या खळगीचं महत्त्व सांगणारा आणि आता पेन्शनही झिडकारलं म्हणणारा रामसिंग.

खरा काय प्रकार असावा?

'अच्छा, साहेब! टाईम संपला माझा. तुम्हीच नाही म्हणण्यापूर्वी थांबतो मी. बरेचजण माझी ही रेकॉर्ड पूर्ण न ऐकता, मधेच निघून जातात. त्या मानानं आपण बरंच सहन केलं त्याबद्दल धन्यवाद!

आणि तो हातातील काठीच्या आधारानं, उडी मारत एक-एक पायरी उतरू लागला.

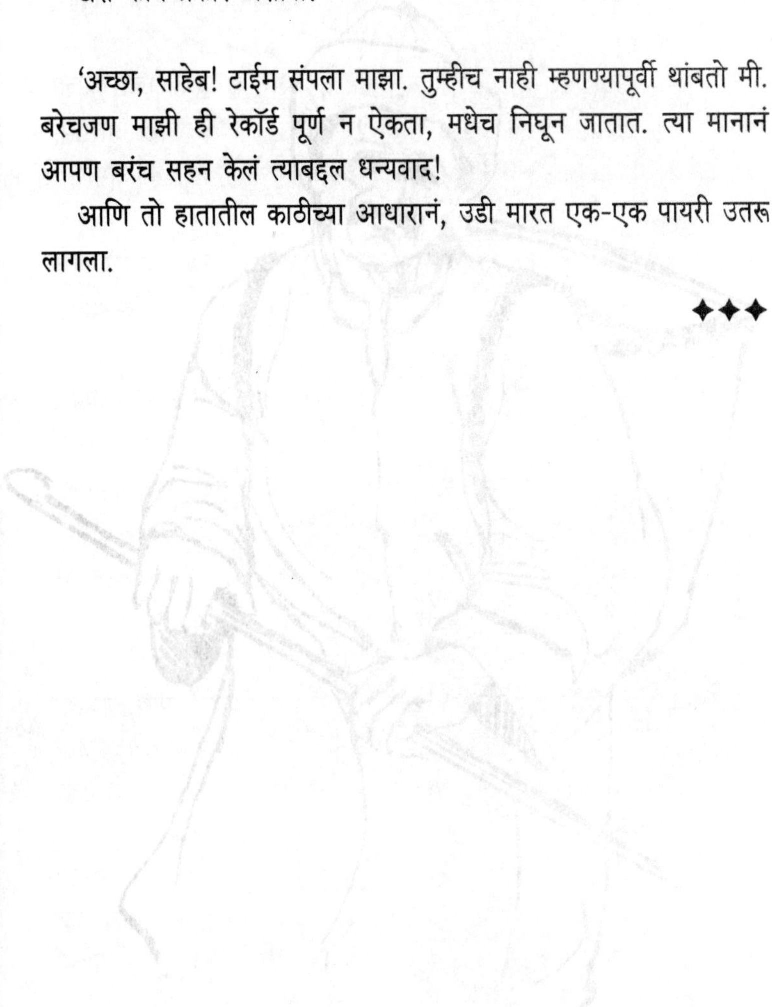

सोनेरी कुरणांचं सोनमर्ग

श्रीनगर सोडून दोन-अडीच तास झाले होते. बस नागमोडी वळणं घेत धावत होती. शहर सोडल्यानंतर खरं काश्मीरचं दर्शन सुरू झालं होतं. नाहीतरी श्रीनगर म्हणजे काही खरं काश्मीर नाही. प्रवासी, माल विकणारे आणि गर्दीनं श्रीनगरला इतर शहरांसारखीच अवकळा आली होती.

त्या दृष्टीनं खऱ्या काश्मीरचं दर्शन श्रीनगर बाहेर पडल्यानंतर नुकतंच सुरू झालं होतं. बस-रस्त्याच्या कडेला इवलीइवली काश्मिरी मुलं हात हलवून प्रवाशांना शुभेच्छा देत होती. रस्त्याच्या आजूबाजूला घरांचे पुंजके-पुंजके आणि मधूनच शेतात काम करणारे काश्मिरी पुरुष अथवा स्त्रिया दिसायच्या.

सगळा रस्ता नागमोडीचा. एका बाजूनं डोंगराचा उंच कडा. दुसऱ्या बाजूनं स्फटिकासारखं खळाळणारं शुभ्र पाणी. समोर, दूरवर डोंगराच्या माथ्यावर पांढऱ्याशुभ्र ढगांची गर्दी. त्या गर्दीला बाजूला सारून मधेच खोलगट भागी पांढरीशुभ्र बर्फाची खालपर्यंत घसरलेली अणकुचीदार रांग लक्ष वेधून घेत होती.

नागमोडी वळणाचा रस्ता आता आणखीच चढणीचा होता. ही चढण जीवघेणी वाटू लागली. ही चढण जसजशी संपत आली तसतसा दूर दिसणारा डोंगरकडेचा पांढराशुभ्र थर जवळ येऊ लागला. दुसऱ्या वळणाला तर डाव्या बाजूला पांढरी प्रचंड भिंत. जवळ आल्यानंतर लक्षात आलं : तो बर्फच आहे. त्याखालून झिरपणारं स्वच्छ, नितळ पाणी. म्हणजे आम्ही दूरवरून दिसणाऱ्या बर्फाजवळ येऊन पोहोचलो होतो.

सोनमर्ग आता पाच-सहा किलोमीटर्स दूर राहिलं आणि दुतर्फा झाडीसारखं, दुतर्फा बर्फाच्या डोंगरांमधील खिंडीतून आमची बस धावतेय. उजव्या बाजूला सुरुवातीपासून असलेल्या नदीत मात्र आता वरून घरंगळलेल्या बर्फाचे ढीग नदीच्या पाण्यात पाय सोडून बसलेले.

बस थांबल्यामुळं लक्षात आलंः सोनमर्ग आलं.

खिडकीतून बाहेर बघितलं. सगळीकडं बर्फच बर्फ. फक्त मध्ये पंधरा-वीस फूट रुंदीचा मोकळा रस्ता होता. पांढऱ्याशुभ्र वातावरणात काळपट रस्ता उठून दिसत होता. रस्त्याच्या दोन्ही कडांनाही बर्फाचा उंच ढीगच ढीग.

रस्त्याच्या दोन्ही बाजूंना पंधरा-वीस घरं. सगळी घरं बर्फात अर्धवट बुजलेली. काही घरांच्या छतांवरसुद्धा बर्फ साचलेला, तर काही घरांच्या गळ्यापर्यंत, म्हणजे दाराच्या अर्ध्या भागापेक्षाही वरपर्यंत बर्फ होता. चार-दोन हॉटेल्स आणि दुकानासमोरचा बर्फ काढून जाण्या-येण्याचा पायरस्ता केला होता. तरीही त्या घराच्या आजूबाजूला मात्र सर्वत्र बर्फाचा ढीगच ढीग दिसत होता.

आजूबाजूला अथांग बर्फ आणि तेथील घरांतून राहणारी माणसं. कल्पनाच करवत नव्हती.

केसरीभाऊ सांगू लागले :

'तुम्ही या वर्षी लकी आहात. दरवर्षी या दिवसांत सोनमर्गला रस्त्यावर फारसा बर्फ नसतो. बर्फ बघायला आणि बर्फात खेळायला उजवीकडे डोंगरावर बरंच वरपर्यंत चालत जावं लागतं. परंतु या वर्षी हा बर्फ म्हणजे काश्मीरच्या सोनमर्गनं तुम्हांला दिलेली अनोखी भेट आहे.'

'तुम्ही हा अनोखा आनंद मनसोक्त लुटा. तुमच्या स्वागतासाठी पुढं खेडूत हजर आहेत. त्यांना तुमची सेवा करायची आहे आणि तुमच्या सेवेवर त्यांचं पोट आहे. एवढं लक्षात ठेवून त्यांच्याशी वागा. एवढंच मी तुम्हांला सांगतो.'

'इथं आपण चार तास थांबणार आहोत. त्यांपैकी दोन तास जेवणासाठी जातील. राहिलेला वेळ तुमचा आहे. बर्फात खेळा. मनसोक्त आनंद लुटा. वय विसरून या सोनेरी कुलाच्या सोनमर्गचं सौंदर्य उघड्या डोळ्यानं बघा. कारण निसर्गाचं हे देणं अमोल आहे.

'निघा आता. दोन तासांनी मी तुमची वाट बघत असेन, त्या समोरच्या बर्फात अर्धवट बुडालेल्या होटलमध्ये. कारण तोपर्यंत ह्या थंड वातावरणात तुमच्या पोटात...'

बस बाहेर पडण्यापूर्वी सगळ्या सूचना यथासांग.

थंडी खूप आहे. ज्यांना हवेत त्यांनी बूट, मोजे, ओव्हरकोट किरायानं घ्यावेत. तीन वाजता जेवण करून चार वाजता परत निघायचं. उशीर झाला, तर पाऊस येईल. कदाचित बर्फही पडेल.

सगळे बसबाहेर. सर्वत्र पसरलेला अथांग बर्फ हा कुतूहलाचा विषय. दुसऱ्या क्षणी गार वाऱ्याचा प्रचंड झोत अंगावर

अंगभर थंडी. बर्फ आणि थंडीनं पहिली सलामी दिली होती.

त्यात थंडीची भयाणता समजावून सांगण्यासाठी माणसांचा लोंढाच अंगावर चालून आला.

'भाईसाब, ये शूज-ओव्हरकोट पहनो, नाही तर थंडीनं गारठून जाल.'

दुसरा म्हणायचा,

'आपको उपर गाडीपर बिठाके लेके जाता. सिर्फ पचास रुपया देना.'

अजून पाय डांबरी रस्त्यावरच. बरोबरीचे काहीजण बर्फावरून चालायचा प्रयत्न करू लागले. भुसभुशीत बर्फात गुडघ्यांपर्यंत पाय खोलवर रुतत होते. रुतलेले पाय बाहेर काढण्यासाठी धडपड चाललेली. काही उत्साही जोडप्यांनी बर्फाची चढणही चढायला सुरुवात केली.

नाही-हो करता कपड्यांचा आणि स्लेज गाडीचा सौदा ठरतो. फार घासाघीस करणंही चांगलं नाही.

वेगवेगळ्या मापांचे बूट, आंबट-ओले मोजे आणि नाटकातील डगल्यासारखे कोट अंगावर चढवल्यानंतर उसना धीर आला. एकेका गाडीवर एकेकाला बसवून गाडीवाले ती गाडी सरपटत बर्फावर ओढू लागले. लाकडी गाडीचा खालचा भाग सपाट असल्यामुळं बर्फात मागे खोलगट रस्ता तयार होत होता.

पहिला चढ लागला, तशी गाडी बर्फात रुतून बसली. गाडी ओढणाऱ्याची दमछाक. मी गाडीवरून खाली उतरलो.

दुसरा पोरगा धावत पळत येतो.

'आप बैठो, साब. हम आपको हेल्प करेगा. सिर्फ पाच रुपया. अकेला नहीं खींच सकेगा.

देवदूत सेवा करू इच्छित होता.

केसरीभाऊंचे शब्द आठवले. आणखी हेही आठवलं, की ह्या सीझनमधील आमचा प्रवासी ग्रूप पहिला आहे. त्यांच्या कमाईला नुकतीच सुरुवात होत होती.

माझ्या संमतीची वाट न बघता दुसरा माणूस मला गाडीवर बसण्याचा आग्रह करतोय. दोघेही माझ्याच वयाचे. एकाची दाढी वाढलेली. तरीही धारदार नाक आणि गोरा रंग-कबीर बेदीची आठवण करून देणारा. दुसरा मात्र काहीसा फाटक्या अंगकाठीचा. याचा ओव्हरकोट कोपरांजवळ फाटलेला आणि

ओव्हरकोटच्या बगलाजवळ जागजागी शिवलेली जागाही नकळत नजरेत भरून जाते.

'क्या सोच रहे हो?'

'काही नाही. फक्त विचार करतोय, अब वापस जायेंगे.'

'अरे, असं काय करता, साब! इतके दूर.. काश्मीरला आले. दोन-चार रुपयांकड बघता?'

दूरवरच्या डोंगरमाथ्याकडं बोट दाखवीत तो म्हणाला,

'तिथंपर्यंत हळू चला. तिथून तुम्हांला खालचे सीन दाखवितो. काही सुंदर फोटो काढता येतील. एन्जॉय युवर ट्रिप!'

त्याच्या शेवटच्या इंग्रजी वाक्यानं मला हसू आलं.

पंधरा वर्षांपूर्वी कैरोत इजिप्तच्या पिरॅमिड्सच्या पायथ्याशी भेटलेल्या एका मुलाची आठवण झाली. आम्हांला भेटताच त्या इजिप्शिअन मुलानं 'आईए.. भाईसाब, पिरॅमिड्स दिखलाता हूँ, सिर्फ एक डॉलर देना.' हे वाक्य ऐकवलं होतं, नंतर लक्षात आलं होतं, की त्यानं अनेक भाषांतील अशी एक-दोन वाक्यं पाठ केली होती.

मी वर बघितलं. डोंगरमाथ्यापर्यंत चालत जाणं शक्यच नव्हतं; परंतु थोडं वर चलण्याचा विचार करून मी होकार दिला. तोपर्यंत दोघांनी आमची गाडी ओढून बर्फाच्या भुसभुशीत चढणीच्या वर आणली होती.

आतापर्यंत गप्प असलेल्या पहिल्या मुलानं आता बोलायला सुरुवात केली.

मुंबईचं गिऱ्हाईक म्हटलं, की त्याची कळी फुलली होती.

'एक दिन आपकी बम्बई देखना है... साब'

'आमची बम्बई! काय आहे त्या बम्बईत?'

'हे मीसुद्धा तुम्हांला विचारू शकतो. काय आहे आमच्या ह्या काश्मीरमध्ये?"

त्याच्या मुँहतोड उत्तराबरोबर तो प्रथमच खळाळून हसला. त्या वेळी त्याच्या खालच्या जबड्यातील सोनेरी दात नकळत दिसून गेला.

'बम्बईचं काय ऐकलं?'

'सुना है, बडा समिंदर और बहुत सिनेमे हैं'

'इथं बर्फाचा समिंदर, तसा तिकडं पाण्याचा!'

आता तो खुलला होता. स्वतः उत्साहानं बोलू लागला. कदाचित ह्यामुळं बर्फावर गाडी ओढताना त्याला कमी श्रम पडत असावेत.

मी मागे वळून बघितलं.

आता आम्ही बरेच वरपर्यंत आलो होतो. आमच्यापासून माणसांची सुरू झालेली रांग, खाली बस थांबली होती, तिथपर्यंत दिसत होती.

पांढऱ्याशुभ्र बर्फावर माणसांची ही रांग मुंग्यांच्या रांगेसारखी वाटू लागली. त्याच्या पलीकडे बर्फात बुडालेलं सोनमर्ग दिसत होतं.

दुसरी चढण संपली. थोडा सपाट भाग असल्यानं सगळे थोडा वेळ थांबले. डावीकडचा चढ जीवघेणा वाटत होता. तिथूनच उंच अशा झाडांची गर्दी सुरू होत होती.

सर्वत्र बर्फ आणि या पार्श्वभूमीवर उंच वाढलेली झाडं. सर्वत्र बर्फच बर्फ; परंतु झाडाच्या खोडाभोवती मात्र चार-पाच फुटांची जमीन उघडी पडलेली दिसायची. सर्वत्र बर्फ आणि खोडाभोवतालची कोरडी जागा मात्र बर्फ नसलेली. ह्या निसर्गकिमयेचं कोडं सुटेना.

मी मागे वळून बघितलं

सोबतचं म्हातारं जोडपं एकमेकांच्या अंगावर बर्फ फेकून हसत खिदळत होतं. म्हातारीनं फेकलेला बर्फ चुकवण्याच्या धडपडीत म्हाताऱ्याचा तोल जाऊन तो बर्फात कोसळला. त्या वेळी कानटोपी बाहेर आलेली. पांढऱ्या केसांची बट मागे सारत म्हातारीनं जोडीदाराला हात देऊन उठवलंही.

माणसाच्या जगण्यालाही सुंदरतेची अशी किनार असते, त्यामुळंच असे काही क्षण लकाकून जातात. काळ्याकुट्ट ढगांनी व्यापलेल्या आकाशात वीज चमकून जावी, तसे हे क्षण जगणं सुसह्य करीत असावेत. जगण्याला नवी उमेद देऊन चाकोरीतलं जगणंही सुसह्य करीत असावेत.

नाही तरी आमची दररोजची धडपड तरी काय आहे?

ह्या वेळी सोनमर्गला तळाशी बघितलेल्या दृश्याची आठवण चटकन झाली.

आमची बस रस्त्याच्या कडेला थांबली होती. सर्वत्र रस्त्याच्या दोन्ही कडांना चार-पाच फूट उंचीपर्यंत बर्फ साचलेला. बाहेरून टणक वाटणाऱ्या बर्फाच्या खालून मात्र नितळ पाण्याचा झरा पाझरत होता. निसर्गानंच माणसासमोर ठेवलेलं हे जिवंत उदाहरण आणि इथं प्रत्येकाची चाललेली मुक्त धडपड यातील फरक काय? आपल्या जगण्यातही असे नितळ झरे येणाऱ्या दिवसासाठी जखडून ठेवत असतात.

बरोबरचा हेल्पर आता उभा राहून कंटाळलेला. कारण आणखी वर न जाण्याचा आमचा बेत बघून त्याची चुळबूळ वाढली.

'अच्छा, साब, मी जाऊ आता?'

दुसऱ्या गिऱ्हाइकासाठी त्याला परत जाण्याची घाई झाली होती.

पैसे मिळताच तो बर्फात तयार झालेल्या उतरत्या वाटेनं पळत सुटला. कदाचित त्याची नजर दूरवरच्या कुठल्या तरी गिऱ्हाइकाला शोधत असावी.

आतापर्यंत तग धरून असलेले सगळे प्रवासी थंडीपुढं शरण येऊन परत फिरू लागले. मध्येच सूर्य ढगाआड गेला. सर्वत्र काळोखाचा भास व्हायचा. पुन्हा पांढऱ्याशुभ्र बर्फावर चकाकणारे सूर्यकिरण डोळे दिपवून जायचे.

खाली उतरताना मात्र काहीच वेळ लागला नाही. गाडीवाल्याच्या मागे बसलो. उतारावर गाडी बर्फातून घसरत सुसाट वेगानं धावू लागली. बर्फात कुठं गाडी पालथी होते की काय, हे कळेपर्यंत पायथ्याशी येऊन पोहोचलोही.

रस्त्याच्या कडेला असलेल्या हॉटेलमध्ये गरम चहाचे एक दोन घोट पोटात गेल्यानंतर थोडं बरं वाटलं.

चहा घेताना गाडीवाल्याला विचारलं,

'तुम्हांला जायचं असेल, तर जा आता.'

'नहीं साब. आता दुसरं गिऱ्हाइकही मिळणार नाही. आपण वर गेलो, तेव्हा दोन ग्रूप्स आलेत. आता तर तासाभरात सगळे परत निघण्याच्या तयारीत आहेत. मग कुठं मिळणार दुसरं गिऱ्हाईक?'

'म्हणजे, दिवसात फक्त एकच गिऱ्हाईक होतं?'

'कधी कधी दोन आणि तीनही होतात; परंतु बऱ्याचदा एकावरच समाधान मानावं लागतं.'

'वर्षातून किती दिवस हा धंदा असतो?'

'चार महिने महत्त्वाचे. एप्रिल ते जुलैपर्यंत. नंतर तर सर्वत्र बर्फच असतो. त्यातही ऑक्टोबरमध्ये टुरिस्ट येतात; पण या दिवसां-सारखी गर्दी नसते त्या दिवसांत.'

'इतर वेळी काय करता'

'बस्स बसून असतो. ही तर बेकार हालत आहे आमची. सीझन संपला की, काही काम नाही.'

'काही प्रवासी फसवतात का? नाही म्हणजे ठरवलेली रक्कम न देणं. देताना कुरकुर वगैरे?'

'असं होत नाही कधी. उलट, आमचीच माणसं ठरवलेल्या रकमेपेक्षा नंतर जास्त मागतात.'

'उलट, माझा तर अनुभव आहे. सगळेच प्रवासी चांगले असतात. माणसं आपलं घर सोडून इतके लांब येतात. तेव्हा ते इतक्या-तितक्यासाठी कंजुषी करीत नाहीत; परंतु आमची इथली माणसं आपापसांत स्पर्धा करून, सुरुवातीला कमी पैसे सांगतात. आणि नंतर जास्त पैशाची मागणी करतात.'

'इथं एक गोष्ट लक्षात आली होती. एका गिऱ्हाइकामागे एकजण लागला, की, दुसरा शक्यतो दुसरं गिऱ्हाईक बघतो.'

'आम्ही सगळे इथं असंच ठरवून वागतो; परंतु काहीजण ह्या उलट वागण्याचा प्रयत्न करतात.'

'तुमची युनियन- वगैरे आहे का?'

'युनियन वगैरे काही नाही. ते शक्यही होणार नाही; परंतु आम्ही सगळे एकमेकांस समजावून घेऊन वागत असतो. कारण धंदा सगळ्यांना हवा असतो. आणि प्रत्येकास एकेक गिऱ्हाईक तरी हमखास मिळतं.

थोडं थांबून हसून तो पुन्हा म्हणाला,

'टुरिस्टसची सायकॉलॉजी आम्ही चांगली ओळखून असतो. थोडा पाठलाग केला, थोडी अजीजी केली की, टुरिस्ट थोडे आढेवेढे घेऊन तयार होतात. शेवटी टुरिस्टसही इथं नवीनच असतात. त्यांना या अनोळखी ठिकाणी आमच्या मदतीची गरज असतेच.'

'एखाद्या दिवशी कमाईच झाली नाही, तर?' माझा काहीसा आडमार्गी प्रश्न.

आता तो थोडा गंभीर झाल्यासारखा वाटला. दुसऱ्या क्षणी तो त्या अवस्थेतून बाहेर आला. दोन्ही हात असहायपणे हलवत म्हणाला, 'उद्याची वाट बघायची. कारण उपरवाल्यास सगळ्यांची काळजी.'

इथंही बर्फात उपरवाला बघून मी हसलो.

'क्या हुआ, साब?'

'कुछ नहीं. सगळीकडं उपरवाला आहे. त्याचं हसू आलं.'

'तो आहे, म्हणून आम्ही आहोत. तुम्ही आहात. हा बर्फ आहे. हे टुरिस्टस त्यामुळंच येतात. तो नसता, तर...' तो पुन्हा थांबला.

'आपली मुलाकात झाली नसती.'

'बरोबर!'

बाहेर केसरीभाऊंचा सायरन वाजू लागल्यानं उठावं लागलं. समोर, बर्फात अर्धवट बुडालेल्या हॉटेलसमोर उभे राहून ते सगळ्यांना बोलावत होते. सगळ्या बाजूंनी शत्रुपक्षाने वेढा घातल्याप्रमाणे हॉटेलला बर्फानं वेढलं होतं. बर्फ तुडवत आत गेलो.

सगळे जेवणासाठी रांगेत उभे. हातात ताट-वाटी. सर्वत्र बर्फ आणि ताटात गरम पुरी-भाजी आणि गरम शिरा-भात.

मी बाजूच्या मित्राला म्हणालो,

'काय आश्चर्य आहे, बघा. सर्वत्र थंडी आणि इथं मात्र हे गरम पदार्थ. उपरवाल्याची किमया.' 'नाही, नाही. ही किमया आहे आपल्या केसरीभाऊंची, मित्र चटकन म्हणाला.

जेवण आटोपताच पुन्हा बाहेर पडलो.

उजव्या बाजूला सोनमर्ग पोस्ट ऑफिस हा बोर्ड आणि बर्फात पूर्ण बुजून गेलेली इमारत. त्यापलीकडं वाहत होती नदी. पांढरंशुभ्र स्फटिकासारखं खळाळणारं पाणी आणि दोन्ही तीरांवर सूज आल्यासारखा पाण्यापर्यंत पसरलेला बर्फ.

बराच वेळ पुलाच्या कठड्यावर बसून होतो. सर्वत्र एकच आवाज. खळाळणाऱ्या पाण्याचा. त्या आवाजात एक जोश होता. एक चैतन्य होतं. अव्याहत वाहत असलेल्या त्या नदीनं किती उन्हाळे- पावसाळे बघितले असतील?

ऋतुचक्राची बदलणारी नयनमोहक आवर्तनं निर्विकारपणे बघितली असतील. आज खळाळून वाहणारी ही नदी हिवाळ्यात जेव्हा पूर्ण गोठत असेल, त्या वेळी मात्र हा खळाळणारा उत्साह काही काळ गोठून, येणाऱ्या दिवसाची वाट पाहत असेल.

बस परत निघण्याची वेळ झाली.

एक उत्साही तरुण प्रवासी अंगावरील सर्व कपडे काढून अनवाणी पायांनी बर्फावर फोटोसाठी उभा होता. त्याचे मित्र टाळ्या वाजवून त्याला प्रोत्साहन देत होते. नदीच्या खळाळणाऱ्या पाण्यापेक्षा ह्या तरुणाचा उत्साहही काही कमी नव्हता.

बस सुरू झाली. बाहेर आमचा नवा मित्र-गाडीवाला उभा होता. बस दूर जाईपर्यंत तो हात हलवत होता.

✦✦✦

हातातील जादूचं मोल काय?

श्रीनगर शहरात आल्यापासून एक गोष्ट चटकन लक्षात येत होती, सर्वत्र दिसणारे पोलीस आणि केंद्रीय राखीव दलांच्या जवानांची संख्या. जागोजागी चौकात, रस्त्याच्या कडेला, बस-स्टँडजवळ सर्वत्र हत्यारधारी जवान आणि त्यात प्रवाशांची वर्दळ.

गेले काही दिवस श्रीनगर आणि काश्मीर खोऱ्यात वाढलेली ही अशांतता आणि सर्वत्र वरवर शांत वाटणारी; परंतु दबा धरून बसलेली वादळापूर्वीची ही शांतता तर नाही ना?

श्रीनगरला येण्यापूर्वी अनंतनाग वगैरे भागांत झालेली गडबडही पेपरात वाचलेली होती. त्या गडबडीची काहीशी झळ श्रीनगरापर्यंतही पोहोचली होतीच. त्यामुळं श्रीनगरमधील सर्वच वातावरणात नकळत एक प्रकारचा चमत्कारिक तणाव जाणवत होता.

एक गोष्ट मात्र आतापर्यंत चांगलीच घडली होती. काश्मीरमध्ये चाललेल्या ह्या गडबडीत आजपर्यंत कुठंही प्रवाशांना काहीही त्रास झाला नव्हता. इतकंच नव्हे, तर आमच्या सहलीचे संयोजक अभिमानानं सतत सांगत की, इथल्या जनतेचा राग आहे, तो राज्यकर्त्यांवर. तुम्ही आम्ही प्रवासी हे तर त्यांचे आश्रयदाते. त्यामुळं चुकूनही प्रवाशांना मुद्दाम त्रास द्यावा अशी कोणतीही घटना अद्याप घडली नव्हती. पुढंही घडण्याची फारशी भीती नाही.

इथं आल्यापासून आणखी एक गोष्ट प्रकर्षानं लक्षात येत होती. निसर्गानं अमोघ देणं दिलेलं, सौंदर्याची उधळण वगैरे करणाऱ्या ह्या राजधानीच्या नगरीत सरळसरळ दोन भाग लक्षात येत होते. स्पष्ट जाणवत होतं. एक भाग, म्हणजे अतिश्रीमंत अशा उच्चवर्गीयांचा आणि दुसरा भाग, म्हणजे अतिगरिबांचा. मध्यमवर्गच इथं नसावा. त्यामुळं झाल काय की, गेली काही वर्षं श्रीमंत वर्ग

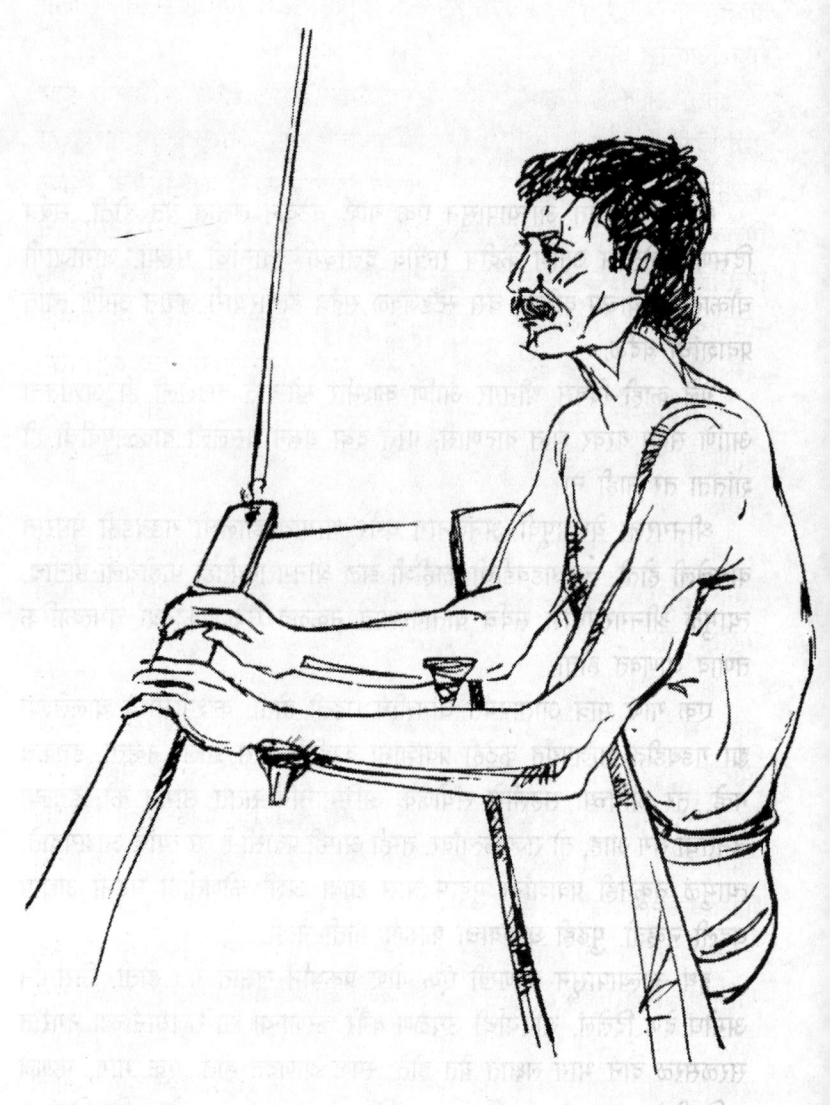

श्रीमंत होत गेला. गरिबांची स्थिती सुधारण्याऐवजी त्यांची होत गेलीय सतत होरपळ.

गरीब आणि श्रीमंतांतील ही दरी दिवसेंदिवस कमी होण्याऐवजी, ते अंतर वाढतच गेलंय. त्यामुळंच इथल्या व्यवस्थेत श्रीमंत उच्चवर्गीयांचा सतत वरचश्मा राहत आलेला आहे.

ह्याला आणखी एक महत्त्वाचं कारण आहे. जम्मू आणि काश्मिरात इतर उद्योगधंद्यांची म्हणावी तशी वाढ होऊ शकली नाही. भारताचा नागरिक हा काश्मीरचा नागरिक नसल्यानं त्या प्रांताच्या घटनेनुसार तो काश्मीरमध्ये स्थावर मिळकत करू शकत नाही. निवडणूक लढवू शकत नाही. तेथील नोकरीसाठीचे नियमही वेगळे आहेत. भारताच्या न्यायालयाचे निर्णय तिथं चालत नाहीत. भारताच्या संसदेनं केलेले अनेक कायदे तिथं अर्थहीन ठरतात. भारतीय संविधानात असं विशिष्ट ३७० वं कलम आहे. यामुळं काश्मीरबाहेरील व्यक्तीला काश्मिरात स्वतःची मालमत्ता करता येत नाही. स्वतःचा उद्योग धंदा काढता येत नाही. आणि ह्यामुळं इतर उद्योगधंद्यांची वाढ म्हणावी त्या प्रमाणात इथं होऊ शकली नाही.

जो काय उद्योगधंदा निघेल तो फक्त काश्मीरमधील व्यक्तीलाच सुरू करता येतो. त्यामुळंच काश्मीर खोऱ्यात नव्या उद्योगधंद्याची उभारणी मोठ्या प्रमाणात झालीच नाही.

काश्मीरमधील काही मोठी शहरं सोडली की, इतर सर्व ग्रामीण भागात भात, सरसू, सफरचंद आणि अक्रोड ही शेतीतील उत्पादनाची फळं, पिकं. त्यातही सफरचंदाच्या मोठमोठ्या बागा पुन्हा श्रीमंत शेतकऱ्यांच्याच मालकीच्या.

दुसरा आणखी महत्त्वाचा व्यवसाय, म्हणजे लोकरीचे कपडे-शाली विणणं-तयार करणं. तसाच शहरात आणखी एक महत्त्वाचा व्यवसाय, म्हणजे काश्मिरी गालिच्यांचं विणकाम हे होय.

काश्मिरी गालिचे त्यांच्या कलाकुसरीसाठी जगभर प्रसिद्ध आहेत. ही काश्मिरी गालिच्यांची कारागिरी ही खास काश्मिरी कलावंतांची खासियत आहे. हा व्यवसाय पूर्वी आणि आजही प्रामुख्यानं खाजगी मालकीचाच आहे. अलीकडे काश्मीर सरकारनं ह्या उद्योगाला राजाश्रय देण्याच्या उद्देशानं सहकारी तत्त्वावर आणि काही ठिकाणी सरकारी नियंत्रणाखाली फॅक्टरीज सुरू केल्या आहेत. ह्या मागचा

उद्देश हा आहे की, काश्मिरी गालिचे जगभर पाठवता यावेत; परंतु त्याबरोबरच ह्या महत्त्वाच्या व्यवसायाचं पुनरुज्जीवनही व्हावं.

श्रीनगरमधील वास्तव्यात दुसऱ्याच दिवशी काश्मिरी गालिच्याच्या एका फॅक्टरीला भेट देण्याचा योग आला. इथं फॅक्टरी हा शब्दप्रयोग बरोबर वाटत नाही. कारण ह्या गालिच्याच्या कारखान्यात सर्व कामगार हातमागावर गालिचे विणण्याचं काम करतात, म्हणून तिला फॅक्टरी म्हणायची.

आम्ही फॅक्टरीच्या समोरील मोकळ्या जागेमध्ये सर्वजण उभे होतो. फॅक्टरीचे व्यवस्थापक आणि सहलीचे संयोजक समोर उभे.

काश्मिरी गालिचे आणि त्याचे प्रसिद्ध विणकाम ही खूप जुनी परंपरा असलेली कला आहे. वंशपरंपरागत चालत आलेला हा व्यवसाय असून कला जतन करणारा एक पेशाच आहे. हातमागावर विविधरंगी रेशमी धाग्यांच्या मदतीनं, दिलेल्या डिझाइनप्रमाणे ह्या गालिच्याचं काम केलं जातं. जितका तलम धागा असेल आणि जितकं नाजूक कलाकुसरीचं काम जास्त असेल, तितका तो गालिचा भारी आणि मौल्यवान बनतो. गालिच्यावरील डिझाइन्सच्या वेगळेपणात कारागिरांचं खरं कौशल्य असतं. त्यामुळंच एकेक गालिचा विणायला दोन महिने ते दोन वर्षं एवढा काळही लागू शकतो. कामाच्या प्रतवारीप्रमाणे गालिचे तयार करण्याचे विविध टप्पे आहेत. त्यातील महत्त्वाचा आणि अवघड टप्पा म्हणजे गालिच्याचे विणकाम.

एका जणानं माहिती सांगितली :

आता आम्ही एका हॉलमध्ये प्रवेश केला. चांगला वीस बाय तीस फूट आकाराचा तो हॉल असावा. सर्व हॉलभर दोन रांगांत हातमाग ठेवलेले. प्रत्येक मागासमोर कारागीर सराईतपणे गालिचे विणायचं काम करीत होता. रंगीबेरंगी रेशमी धाग्यांच्या मदतीनं समोर ठेवलेल्या कागदावरील सूचनांप्रमाणे तो झपझप रेशमी धाग्यांच्या गाठी मारीत होता.

संगीतात वाद्य वाजवताना वादकासमोर नोटेशन ठेवलेलं असतं, त्याप्रमाणे हे गाठींचं 'नोटेशन' होतं. त्या नोटेशनच्या मदतीने सराईतपणे विणकाम चाललं होतं. गालिच्याचं अगोदर एक डिझाइन ठरवलं जातं. एकदा डिझाइन फायनल

झालं की, त्या आधारे नोटेशन काढून संबंधित कारागिरांना त्याप्रमाणे विणकामाचा कार्यक्रम दिला जातो.

नोटेशन देणं, त्यावर देखरेख ठेवण्यासाठी असलेल्या व्यक्तीला मास्टरजी म्हणतात. आखलेल्या डिझाइनप्रमाणे काम करून घेण्याचं काम मास्टरजी सगळ्यांकडून करून घेत असतात. ते एक प्रकारे सुपरवायझरचंच काम करीत होते.

दुसऱ्या रांगेतील तिसऱ्या मागासमोर एक तरुण मुलगा झपझप हातांतील रंगीबेरंगी रेशीम-धाग्याच्या मदतीनं मागावर, गाठी मारून विणकाम करीत होता. मधूनच समोरच्या नोटेशनकडे पाहत होता.

आम्ही त्याच्याजवळ आलेले बघून हातांतील काम थोडं बाजूला ठेवून त्यानं वर बघितलं. नाकावर सरकलेला सोनेरी काड्यांचा चश्मा वर सरकवून त्यानं हसल्यासारखं केलं. डाव्या हाताला गुडगुडी अथवा हुक्का ह्या धूम्रपानाच्या साधनाची नळी उचलून एक दीर्घ झुरका ओढून, नळी पुन्हा खाली ठेवून दिली.

"कितने दिन लगते हैं एक गालिचा बनाने को?"

बरोबरीच्या एकानं विचारलं.

दोन्ही हातांची विचित्र हालचाल करीत त्यानं, काही समजलं नाही, या अर्थानं खांदे उडविले.

तो मुद्दाम नाटक तर करीत नाही ना?

'साब, तो गुंगा आहे.' शेजारच्या मध्यमवयाच्या माणसानं माहिती पुरवताच मी चरकलोच.

काय हा नियतीचा खेळ. जिथं माणूस निसर्गाच्या विरुद्ध झगडत असतो. नवनिर्माण करण्यासाठी चाललेली त्याची धडपड आणि आतली ऊर्मी त्याला बसू देत नाही गप्प. अशा वेळी होणारी ही सुंदर निर्मिती शारीरिक व्यंगांची भिंतही पाडून, आहे नाहीच्या सीमारेषाच पुसून टाकते. आता मनाची हुरहूर आणखीच वाढलेली.

त्याला बोलता येत नाही, मग आमच्याबद्दल तो आता काय विचार करीत असेल?

तो किती वर्षं हे काम करतोय? हे काम वंशपरंपरागत आहे की एक बाजू लंगडी आहे आणि तीवर मात करण्यासाठीच त्यानं ही कला अवगत करून घेतली?

बरंच काही विचारावंसं वाटत असूनही संवादाचा मार्गच बंद झाला होता. त्याच्या शेजारच्या मध्यमवयीन माणसाला विचारलं,

'किती दिवसांपासून हा मुका आहे?

'बचपनापासून.'

'सगळेच भाऊ-बहीण असे आहेत?

'नाही, साहेब, हा एकटाच असा, बाकी चांगले आहेत.'

'ह्या फॅक्टरीत किती वर्षं काम करतोय?'

'दहा वर्षं तरी झाली असतील.'

'इथं कामास येण्यापूर्वी प्रत्येक कारागिरास शिकाऊ उमेदवार म्हणून बाहेर ट्रेनिंग वगैरे दिलं जातं काय?'

'काश्मिरात विणकाम तर बहुतेकांना येतं कमी-अधिक प्रमाणात. आमच्या काही विशिष्ट गाठींच्या पद्धती आहेत. त्याप्रमाणे मास्टरजींच्या सूचनांप्रमाणे काम करावं लागतं.'

हे काम करताना कामगारांसाठी वयाची अट वगैरे असेल ना?' 'अट, म्हणजे हात-पाय चालतात, तोपर्यंत काम करायचं. काम करता आलं की, हातांची सफाई आणि गाठींचं कौशल्य काम देताना बघितलं जातं.'

'कामांच्या वेळा काय असतात?'

'आठ तास काम आहे.'

'इथं जे वेगवेगळे विभाग आहेत... विणकाम, त्यानंतर ते गालिचे धुण्यासाठी केली जाणारी प्रक्रिया, पॅकिंग ह्यात इतकेच कामगार दुसरेही काम करतात का?'

'बाकी कामं तशी कोणीही करू शकतात. फक्त विणकामच अवघड आहे. ते ठरावीकच शिकलेले कारागीरच करू शकतात.'

'भारीत भारी गालिच्याला किती दिवस लागतात तयार करण्यासाठी?'

दोन वर्षं सुद्धा लागतात.'

'आणि किंमत?'

'पंचवीस-तीस हजारांपर्यंत तरी असावी.'

'ह्यातील किती मजुरी तुम्हांला- तयार करणाऱ्याला मिळते?'

तो गोंधळला. माझा हिशेबी प्रश्न त्याला अडचणीचा वाटला असावा. अथवा उत्तर माहीत असूनही गैरसोयीचं असेलही.

बस्स, त्यांच्या हिशेबानं ते देतात.'

'म्हणजे नक्की किती?'

'नाही सांगता येणार.'

'बरं, पगार किती मिळतो तुम्हांला?'

त्यानं पुन्हा आजूबाजूला बघितलं, सगळे टुरिस्ट वेगवेगळ्या हातमागांजवळ काम बघण्यात गुंतलेले.

'अच्छा मिलता है.'

त्याचं मोघम उत्तर ऐकून, तो काही तरी लपवू पाहत होता. खरं सांगण्यासाठी टाळत होता. 'पगार कुणाला सांगायचा नाही, असा नियम असेल, तर सांगू नका.'

'नाही, साहेब, तसा काही नियम नाही.' तो पुन्हा थांबला. सांगावं की सांगू नये, ह्याचाच विचार चालला असावा त्याचा.

'अच्छा, ठीक आहे. नका सांगू पगार; परंतु आणखी एक सांगा. आजारी पडलात, तर रजा मिळत असेलच.'

त्यानं नकारार्थी मान हलवली.

'म्हणजे आजारीपणाच्या कामातला पगार?'

'काम नाही, तर पगार नाही.' त्याचं सरळ गणित.

आता माझी उत्सुकता आणखी ताणली जातेय.

ह्यांची स्थिती रोजगारावरील कामगारासारखी तर नाही ना? रजा नाही. काम नाही, पगार नाही. पगाराचा आकडा नीट सांगत नाही.

'वय झाल्यानंतर काम सोडलं तर पेन्शन, प्रॉव्हिडंट फंड आणखी काही आधार मिळत असेलच.'

ह्या प्रश्नाचंही उत्तर त्यानं दिलं नाही.

काय असेल कारण उत्तर न देण्यामागे? तो काही माहिती सांगू इच्छित नव्हता. त्यामुळं सत्य परिस्थिती कळतही नव्हती.

आता फार ताणण्यातही अर्थ नव्हता.

'अच्छा, बहुत शुक्रिया.'

निर्विकारपणे माझ्याकडे बघून तो पुन्हा मागाकडे वळला.

त्याच्या शेजारचा मुलगा आतापर्यंत सोनेरी काड्यांच्या चश्म्यातून आमचं बोलणं ऐकत बघत होता. त्याला त्यातलं काही ऐकायला आलं नसेल; परंतु आमच्या चेहऱ्यांवरील बोलके भाव त्याला नक्कीच कळले असावेत.

त्यानं काम सुरू करण्यापूर्वी, हात हलवून बाय बाय केलं. त्याचा शेजारी-माझ्याशी आतापर्यंत बोलत असलेला-समोरच्या नोटेशनकडे बघून कामाला लागला होता.

बाजूच्या हॉलमध्ये तयार गालिच्यांची शोरूम होती. सगळे प्रवासी ते गालिचे बघत होते. एकेक गालिचा दाखवून त्यांचं वेगळेपण समजावून सांगितलं जात होतं.

तऱ्हेतऱ्हेचे सुंदर गालिचे बघताना माणसांच्या हातांतील कलेबद्दल.

आदर आणि कौतुक तर वाटत होतंच, त्याहीपेक्षा एकेकाची किंमत ऐकताना भोवळ येत होती. चाळीस-पन्नास हजार रुपयापर्यंत किमतीचे गालिचे बघताना, माझ्या डोळ्यांसमोर पुन्हा पुन्हा तेच कारागीर दिसत होते.

त्यांच्या हातांतील जादूची ही किमया होती; पण त्या हातांतील जादूचं मोल काय होतं?

◆◆◆

फिलॉसफर ड्रायव्हर

मी आज समोरच्या सीटवर बसलो होतो. बसमध्ये प्रवासी आपापल्या जागांची देवाण-घेवाण स्वेच्छेनं करायचे. तेवढाच बसण्यात चेंज!

बस गाबाहेर पडताच ड्रायव्हरनं त्याच्या केबिनमधील सीटवर बसण्याची खूण मला केली.

पडत्या फळाची आज्ञा घेऊन मी केबिनमधील त्याच्या शेजारच्या सीटचा ताबा घेतला.

'शुक्रिया...'

स्थानापन्न होऊन ड्रायव्हरकडे बघत म्हणताच, तो खुशीनं हसला. समोरून एक भरधाव वाहन येत होतं. त्यानं बसचा वेग कमी केला. बसचा वेग पुन्हा वाढवला. गिअर बदलताना डावीकडे बघत त्यानं विचारलं,

'आप बम्बई से आये क्या?'

'नहीं. औरंगाबाद से, तुम्ही एलोरा-अजिंठाचं नाव ऐकलं आहे का?'

हॉं. बहुत मशहूर आहेत ती गावं, केव्हज्साठी.'

'बस्स तिथं जवळच औरंगाबाद.'

'इंडियात खूप बघण्यासारखं आहे. आपल्याकडं पाहिजे फक्त वेळ, पैसा आणि फिरण्यासाठी जवान दिल!' दिल हा शब्द उच्चारताना तो पुन्हा हसला.

बस आता शहराच्या पश्चिम भागाच्या बाहेर मुख्य रस्त्यावर धावू लागली होती. रस्त्याच्या दोन्ही बाजूंना तुतीवृक्षांचे मळे.

तुतीवृक्षांचा पाला रेशमाच्या किड्यांसाठी खाद्य म्हणून वापरतात. किड्यांच्या कोषापासून रेशीम काढतात. तुतींची ही झाडं मात्र खुरटलेली दिसत होती. कदाचित यावेळी पानांची छाटणी केली असावी.

'मंडळी, मागं-पुढं बघा.' मेगाफोनवर सूचना मिळाली.

आवाजाबरोबर सगळेजण सावरून बसले.

रस्त्याच्या दुतर्फा झाडांची सरळसोट उंच वाढलेली रांगच रांग दूरपर्यंत दिसत होती. दुतर्फा रांगांत रस्ता दूरवर कुठं तरी हरवल्यासारखा दिसत होता आणि जवळ समांतर वाटणारी ही झाडांची रांग दूरवर मात्र जवळ आल्यासारखी वाटत होती.

ही होती पॉपलरची झाडं. अनेकदा हिंदी सिनेमात बघितलेलं, झाडांच्या सोबत पळणारं दृश्य समोर प्रत्यक्ष दिसत होतं.

एकाच उंचीची आकाशाला गवसणी घालणारी पॉपलरची झाडं, नजर पुरेल तिथपर्यंत शिस्तीत उभी असल्यासारखी दिसत होती. दोन झाडांतील अंतर आणि दोन झाडांची उंचीही सारखीच. इतकं सारखेपण नजरेत भरत होतं.

सगळ्यांची एकच धडपड. हे नयनमनोहर दृश्य आपापल्या कॅमेऱ्यात पकडण्याची. समोरची बस थांबल्यानं आमचीही बस थांबली.

माणसं गाडीबाहेर उड्या मारून धसमुसळेपणानं बघताहेत मागं-पुढं.

'जा खाली. फोटो-बिटो काढा.'

मला सीटवरच बसलेला बघून ड्रायव्हर म्हणाला. खाली उतरायला मी फारसा राजी नाही, हे बघून त्यानं आग्रहाचा विचार सोडला.

बसून तरी काय करायचं? खिशात हात घालून सहज चाचपणी केली. काही चॉकलेट्स आल्या. एक-दोन ड्रायव्हरला देऊ करताच तो म्हणाला,

शुक्रिया! उपवास आहे.'

दिवसभर काम करून पुन्हा उपवासानं थकल्यासारखं होत नाही का?' माझा भाबडा प्रश्न.

'थकवा तर नाहीच. उलट उपवासानं चांगलं फ्रेश वाटतं. उत्साह वाटतो काम करताना.'

'उपवास नाही केला, तर...'

माझ्या अगोचर प्रश्नावर तो आता चिडणार, असं वाटलं; पण तो निघाला भारी वस्ताद.

'बऱ्याच गोष्टी आपण नाही केल्या, तर काय होईल?' त्याचं असं कोड्यातलं बोलणं ऐकून मी तर पार उडालोच.

'मी नाही समजलो...' माझी पुन्हा चाललेली धडपड.'

बऱ्याच गोष्टी आपण अशाच करत असतो ना! थंडीत नको वाटत असूनही तुम्ही सकाळी अंघोळ करता. भूक नसली, खावंसं वाटतं नसलं तरी दोनदा जेवण घेताच. इच्छा नसली, तरी बायकोच्या समाधानासाठी तिच्याबरोबर बाजारात जाताच. मनाविरुद्ध मुलांचे हट्ट पुरे करता.'

आता तो बोलताना एखाद्या तत्त्ववेत्त्यासारखा वाटू लागला मला. आणि मी तर भुईसपाट झाल्याचा भास झाला.

'तुमचं अगदी बरोबर आहे. या बाबींना कधी कधी उत्तर असतंही आणि कधी कधी नसतंही. आपण ज्यांना उत्तर समजतो, ती असते आपल्या मनाची भाबडी समजूत. हे समर्थन बऱ्याचदा गैरलागू आहे, हे माहीत असून हे कोडगं मन कबूल करायला तयार नसतं.'

त्याचा बोलण्याचा प्रवाह बस पुन्हा सुरू झाल्यानं काहीसा खंडित झाला. बसनं चांगला वेग घेतल्यानंतर पुन्हा तो रिलॅक्स झाला.

'तुम्ही बरंच वाचता वगैरे दिसतंय. तुमचे विचार ऐकून...'

'माझी सावरासावर.'

'मी फारच कमी वाचलंय. शाळा लवकर सुटली. इथंतिथं काम केल्यानंतर ही ड्रायव्हरची नोकरी करतोय वीस वर्षं.'

'परंतु तुमचे हे विचार...'

'गप्पा मारणं हा माझा छंद आहे. वेगवेगळ्या माणसांशी गप्पा मारताना मजा येते. उलट, दुसऱ्याचं बोलणं ऐकत असताना खूप शिकायला मिळतं.'

जुना मुद्दा माझा पिच्छा सोडायला तयार नव्हता.

'तुमच्या घरात सगळेजण उपवास करतात?'

'नाही. आम्ही मोठी माणसंच पाळतो. लहान मुलांवर आमची सक्ती नसते.'

'कशासाठी करायचे असतात हे उपवास?'

माझ्या प्रश्नावर तो काहीसा गप्प झाला; परंतु दुसऱ्या क्षणी त्यानं दोन्ही खांदे उडवत बोलायला सुरुवात केली.

'माणसाचं मन मुळी चंचल असतं. सतत बऱ्या-वाइटामागं धावताना त्याला धरबंध राहत नाही. चांगलं-वाईट समजून घेण्याच्या सीमारेषाही कधी कधी पुसट होत जातात. ह्या वेळी एक अदृश्य शक्ती असते, ती मनाला आवरण्याचा प्रयत्न करीत असते. अशा उपवासांमधून ती शक्ती मिळत जाते.

'सगळ्याच धर्मांत असंच सांगितलं आहे कमी-अधिक प्रमाणात.'

'अरे भाई, माणसानंच निर्माण केलेत ना सगळे धर्म? माणसं सगळीकडं सारखीच. तसंच सगळ्या धर्मांत समान तत्त्वं बरीच आहेत; पण जिथं स्वार्थ आड येतो, तिथं माणसामाणसांत तंटा उभा केला जातो.'

चढणीचा रस्ता सुरू झाल्यानं, समोर लक्ष देऊन तो गाडी चालवू लागला. नागमोडी वळणाचा रस्ता आणि ऊरभरी चढण. इंजीनवर लोड आल्यानं बसचा वेगळाच आवाज येऊ लागला.

मी समोर बघतोय.

आकाशाशी स्पर्धा करणाऱ्या फर-पाईन वृक्षांनी सगळे डोंगर वेढून टाकलेले. सरळसोट वृक्षांच्या गर्दीतून मध्येच दिसणारे विजेचे खांब मात्र, जेवणात दाताखाली येणाऱ्या खड्यासारखे अस्वस्थ करून जायचे.

इथंही माणसानं अतिक्रमण केलं होतं.

मनात सारखा गोंधळ चाललाय. काय ही निसर्गाची किमया! किती ही विविधता. एकीकडे वैराण वाळवंट, तर दुसरीकडं प्रचंड डोंगर. तेही झाडा-बर्फानं वेढलेले. आणि आमची माणसांची चाललेली जीवघेणी धडपड. कशासाठी? आपलं अस्तित्व टिकविण्यासाठी!

कशासाठी चाललंय हे सगळं?

आता ड्रायव्हर चांगलाच दोस्त बनला होता. त्यालाही कुतूहल होतं, नवीन माहिती ऐकण्याचं. आणि त्याच्याजवळ तर वीस वर्षांच्या अनुभवांचा प्रचंड खजिनाच होता. तो बोलू लागला की, आजीबाईच्या बटव्यातील अनुभवासारखी एक एक गोष्ट सांगायचा. तिसऱ्या दिवशी परतताना त्याला मी सहज विचारलं,

'आम्हांला मार्केटिंगला जायचंय कोणत्या भागात जावं?'

'सच बताऊँ साब? तुम्ही विचारलं, म्हणून सांगतो. इथं श्रीनगरात सगळीकडं खूप महागाई आहे. तुम्ही सेंट्रल मार्केटला तर मुळीच जाऊ नका.'

'का? आम्ही तर पहिल्या दिवशी तिथंच खरेदीसाठी जाऊन आलो. सगळ्या दुकानांवर लिहिलंय गव्हर्नमेंट अप्रूव्हड शॉप.'

'पण ते सगळं खोटं आहे. गिऱ्हाइकांची शुद्ध फसवणूक आहे ती.'

'एकदा घराबाहेर पडलं की, मनाची तयारी करूनच निघतो आपण.' माझी पुन्हा सारवासारव.

'त्यापेक्षा तुम्ही लाल चौकात उतरा. इथं बरीच दुकानं आहेत. काय खरेदी करायचं तुम्हांला?'

'तसं काहीच नक्की नाही. मार्केटमध्ये बघूया.' लाल चौकात आम्हांला उतरवून बस निघून गेली.

शुक्रवारी अच्छाबल इथं जेवणं आटोपल्यानंतर क्षीरभवानी या श्रीनगरजवळील देवस्थानाकडं बसेस निघाल्या.

क्षीरभवानी हे या भागातील एक जागृत देवस्थान समजलं जातं. मंदिरासमोर बसेस थांबल्या. सगळी मंडळी मंदिराकडं चालू लागली. अर्ध्या तासात परत यायचं होतं.

दर्शन करून सगळे बसमध्ये परतले. आमच्या बसचा ड्रायव्हर आजूबाजूला दिसत नव्हता.

संयोजकांनी मेगाफोनवर निघण्याची सूचना दिली.

डाव्या बाजूच्या गल्लीतून ड्रायव्हर लगबगीनं येत होता.

गाडी सुरू केल्यानंतर त्यानं विचारलं, 'फार उशीर झाला नाही ना?'

उशीर झालाच नव्हता; परंतु तो कुठं गेला असावा, हे जाणून घेण्याची माझी इच्छा होती.

'आज शुक्रवार. दुपारी नमाजाला जायचं राहून गेलं. आता थोडा वेळ होता. जाऊन आलो. तेवढंच मन मोकळं झालं.'

बराच वेळ तोही गप्प होता. मलाही काही सुचत नव्हतं. कालपासून त्याला एक प्रश्न विचारावा, त्याचं मत समजावून घ्यावं, असं वाटत होतं.

कदाचित तो प्रश्न त्याला आवडणारही नाही. आवडला, तर तो काय उत्तर देईल, ह्याचा अंदाजही करवत नव्हता.

प्रश्न होता काश्मीरमधील वाढत्या अस्थिर परिस्थितीबद्दल आणि गेल्या काही वर्षांत तेथील तरुणांनी चालवलेल्या काश्मीर खोऱ्यातील चळवळीबद्दल.

आणखीही एक प्रश्न होता.

काश्मीर स्वतंत्र झाला, तर?

बसेस रस्त्याच्या कडेला थांबल्या.

'चलो, साब, मुलांसाठी क्रिकेटच्या बॅट बघा.' बसमधून उतरताना तो म्हणाला.

बसमधील सर्व बच्चे कंपनी क्रिकेट बॅटच्या कारखान्याकडे धावू लागली.

रस्त्याच्या कडेला बॅटचे तीन-चार कारखाने होते.

‘कोणत्या ठिकाणी बॅट्स चांगल्या मिळतात?’

कोणीतरी विचारलं.

‘सगळ्याच ठिकाणी बॅट्स चांगल्या असतात. आणि तुम्ही कुठंही खरेदी करा. आम्हांला बक्षिसी मिळणारच.’ डोळे मिचकावीत तो म्हणाला.

दुसऱ्या क्षणी पटकन म्हणाला,

‘आम्हांला बक्षिसी मिळाली, तरी तुम्हांला बॅट स्वस्तात मिळणार.’

आणि हसू लागला.

बसेस हॉटेलवर परत आल्या.

आज शेवटचा दिवस. आज रात्री किंवा उद्या सगळेजण परत जाणार होते.

पुन्हा नवा ग्रूप आणि तीच ठिकाणं, तोच रस्ता आणि नव्या प्रवाशांसह ड्रायव्हर नव्या उत्साहानं गाडी पळवणार.

हॉटेल कबीरसमोरील अरूंद गल्लीतून बस निघून गेली.

मनात मात्र एक हुरहूर राहून गेली : त्याला न विचारलेला प्रश्न विचारायला हवा होता.

✦✦✦

HOTEL

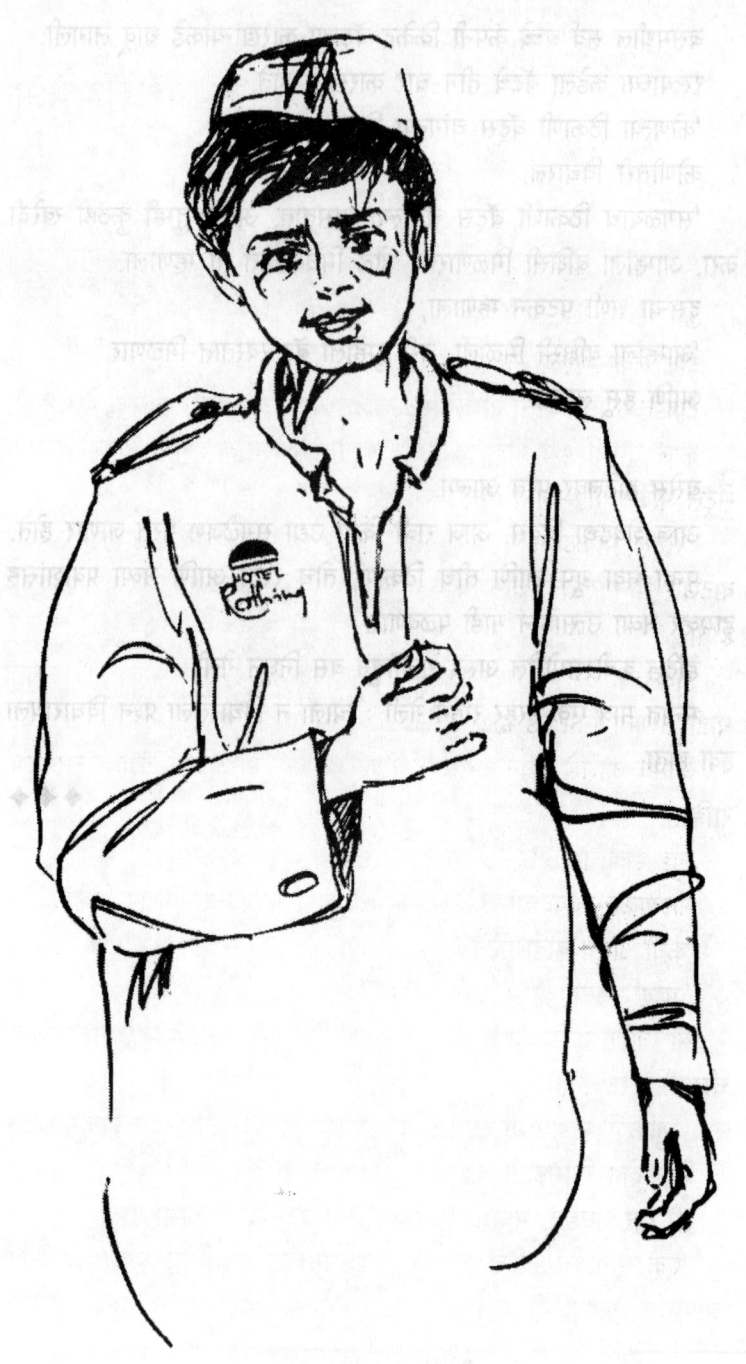

हॉटेल-बॉय महेश

दाल लेकसमोरच्या गल्लीतलं टुमदार हॉटल क बी र.

टेकडीच्या पायथ्याशी असल्यामुळं हॉटेलच्या नीट उंचीची कल्पना येत नाही.

काल दुपारी इथं पोहोचल्यानंतर सामान खोल्यांत टाकून आम्ही गावात सेंट्रल मार्केटच्या भागात फिरायला गेलो.

सेंट्रल मार्केटहून परत यायला रात्रीचे साडेआठ वाजले. दुपारी उबदार वाटणारं श्रीनगर रात्री चांगलंच गारठलं होतं. हुडहुडी भरण्याइतपत थंडी जाणवत होती.

हॉटेलच्या दुसऱ्या मजल्यावरील खोलीपर्यंत जिना चढून गेल्यामुळं अंगात थोडी उष्णता निर्माण झाली.

आम्ही आलेले बघून समोर खुर्चीवर बसलेला हॉटेलचा मुलगा उठून उभा राहिला.

'गुड इव्हिनिंग, सर.. आपका फोन आया था, काउंटरपर...'

माझ्याकडं कागदाचा एक तुकडा देत त्यानं फोनवरील निरोप दिला.

'कधी आला होता फोन?'

'अर्ध्या तासापूर्वी.'

मी चिठ्ठीतला मजकूर वाचला. औरंगाबादहून घरचा फोन होता. पोहोचल्याची चौकशी करत होते.

'शुक्रिया' म्हणून मी खोलीचं दार उघडून आत आलो... दार ओढून घेतलं.

एक-दोन मिनिटांनी दारावरची बेल वाजली.

मी दार उघडलं. मघाशी निरोप दिलेला वेटर दारात उभा होता.

'एक सांगायचं राहिलं, साहेब, बाथरूममधील गीझर बंद करू नका आणि आपणांस चहा-कॉफी काही आणू का? आपण बाहेर थंडीतून थकून आलात.'

शेवटचं वाक्य उच्चारताना तो गोडसं हसला आणि त्यानं डावा खांदा नकळत वरच्या बाजूनं उडवला. पहिल्याच भेटीत खांदा उडवण्याची त्याची लबक माझ्या चांगलीच लक्षात राहिली.

'ठीक आहे, तुमची इच्छाच आहे, तर चार कॉफी घेऊन या.' मी त्याला म्हणालो.

'अभी लाया, साब!' म्हणून तो जिन्याच्या पायऱ्यांवरून दडदडत खाली पळत गेला. पहिलाच दिवस असल्यामुळं तो आमची खिदमत करीत होता आणि त्याच्या आग्रहाला उगीच नाही कशाला म्हणायचं?

जेवणास अर्धा-एक तास असल्यामुळं गाद्यांवर बसकण मारली.

गादी थंडगार, पांघरण्याचे ब्लँकेट थंडगार आणि खुर्ची-टेबलही चांगलंच गार झालं होतं. त्यामुळं गरम कॉफीची वाट पाहत बसलो.

पाचेक मिनिटांत तो कॉफी घेऊन आला. सर्वांना कॉफी देऊन झाल्यानंतर भिंतीला टेकून उभा राहिला, तेव्हा लक्षात आलं, की त्याची उंची चांगलीच होती. त्याच्या गोऱ्या रंगावर हॉटेलचे शेवाळी रंगाचे कपडे चांगलेच रुबाबदार, उठून दिसत होते.

'कसं वाटलं श्रीनगर?' त्यानं विचारलं

'दोन-तीन तासांत कसं सांगणार? आजचा पहिला दिवस.'

'ते पण बरोबर आहे म्हणा. परंतु प्रथमदर्शनी कसं वाटलं?'

'आतापर्यंत तर ठीक आहे...'

'मला खात्री आहे, तुम्हांला आमचं काश्मीर नक्की आवडेल!'.

आणि तो कॉफीचे रिकामे कप गोळा करू लागला.

बाहेर पडता पडता तो म्हणाला,

'तुम्हांला काही हवं असलं, तर मला सांगा. माझं नाव महेश. महेश भट्ट.' तो हसला आणि कॉफीचे रिकामे कप-ट्रे घेऊन बाहेर पडला. डोक्यात उशिरा प्रकाश पडला. तो सिनेमावाला महेश भट्ट आणि हा आमचा कॉफीवालाही महेश भट्ट.

पहिल्याच भेटीत महेशची गट्टी जमली. गोड बोलणारा आणि कारण नसतानाही हसणारा महेश बोलण्यात स्मार्ट वाटत होता. त्याच्या बोलण्यात अधून-मधून

इंग्रजी वाक्यांची सरमिसळही असायची. कदाचित सारखे येणारे प्रवासीसुद्धा अधून-मधून इंग्रजी बोलत असतात. त्यामुळं तोही सवयीनं तसा बोलत असावा.

आम्ही हॉटेलबाहेर पडताना आणि परत येताना महेश हमखास आमच्या मजल्यावरील जिन्याजवळ उभा असायचा. सायंकाळी परत आलो की, गुड इव्हिनिंग म्हणून सगळ्यांचं स्वागत करायचा.

सकाळी आम्ही उठण्याअगोदर सर्वांना बेड टी देताना, सुप्रभात म्हणून अदबीनं झोप चांगली आली ना, चौकशी करताना त्याचं सगळं आटोपलेलं असायचं.

तिसरा दिवस होता. आम्ही बाहेरून परत येत होतो. स्वागतकक्षात कोणीतरी मोठमोठ्यानं बोलत होतं. समोरचा मुलगा काश्मिरी भाषेत बोलणाऱ्या व्यक्तीला काही तरी सांगत होता. आमच्या सर्वांच्या आगमनाची चाहूल लागताच स्वागतकक्षात शांतता पसरली. काश्मिरी भाषेत बोलणारा पाठमोरा उभा असलेला मुलगा मागे वळून जाण्यास वळला. आम्हांला बघून तो हसला.

तो होता महेश.

खोलीचं दार उघडताना बाजूला महेश उभा होता. काही विचारण्याअगोदर तो म्हणाला,

'मॅनेजरसाहेब गरम झाले होते. आता तुम्ही सांगा, एखादा मुलगा अडचणीमुळं ड्यूटीवर येऊ शकला नाही, तर दुसऱ्याला काम द्यावं. चिडून कसं चालेल?'

थोड थांबून पुन्हा म्हणाला,

'त्यांचं बरोबर आहे, म्हणा. कारण मालक आणि मॅनेजरसाहेबांना असं कोणी सांगायचं? साहेबांचं बोलणं फक्त ऐकायचं असतं...' आणि तो हसू लागला.

जेवणास बराच उशीर होता. खोलीत जाऊन परत बाहेर आलो.

महेश जिन्याजवळील खुर्चीवर बसला होता. मान खाली घालून तो काही तरी विचार करीत असावा. मी जवळ आल्याचं त्याला कळलंच नाही. त्याची तंद्री कशी भंग करावी?

'कसला विचार चाललाय महेश?'

खुर्चीवरून गडबडीत उठत तो म्हणाला,

'काही नाही, साहेब...'

त्याच्या शेजारच्या रिकाम्या खुर्चीवर बसत मी त्याला म्हटलं,
'बैस, काही गडबड नाही आज कामाची?'

'तुम्ही कॉफी नाही घेणार आज?'

'नसली, तरी चालेल' 'आपली इच्छा...' म्हणत त्यानं सवयीनं डावा खांदा
उडवला. मी हसलो. माझं हसणं त्याच्याही लक्षात आलं. 'काय झालं, साहेब?'
मी त्याच्या डाव्या खांद्याकडे बोट नेलं.

'आदतसे मजबूर हूँ...' आणि तो पुन्हा हसू लागला.

'महेश, गावी कधी जातोस?'

काल-परवा त्यानं सहज सांगितलं होतं, की बारामुल्लाजवळ त्याचं गाव होतं.
बारामुल्ला पस्तीस-चाळीस किलोमीटर अंतरावर होतं.

'आता शक्य नाही.. हा सीझन संपेपर्यंत आमची सर्वांची आता सुटका
नाही. घरचं कोणी आलं, तर त्याच्यासोबत पैसे पाठवतो.'

'महिन्याला किती पाठवितोस घरी?' 'दोनशे. शंभर रुपये मला लागतात
खर्चाला..' 'तीनशे रुपये पगार पुरतो तुला?'

'कमी वाटतो, पण जास्त कोण देणार? सुरवातीला तर दोनशे मिळायचे,
तीन वर्षं. नंतर अडीचशे आणि आता तीनशे मिळतात. सहा वर्षं आहे या
धंद्यात.'

'किती वेळ काम असतं? म्हणजे ड्यूटी ह्या स्वरूपात?'

'तुम्ही बघता आहातच. तुम्ही उठण्यापूर्वी सकाळी उठावं लागतं. रात्री झोपायला
बारा-एक वाजतात. सीझनमध्ये तर सुटी नसतेच. दोन वेळचं जेवण आणि
काम. नाही तरी या कामासाठीच मालक आम्हांला पगार देतोय.'

'मुख्य वेटर असेलच ना. त्याला चांगले पैसे मिळत असतील.'

'शंभर-दीडशे जास्त आमच्यापेक्षा.'

महेश माझ्याकडं टक लावून बघत होता. माझी ही चौकशी त्याला वेगळी
वाटत असावी. कदाचित अशी खाजगी विचारपूस करणारे नसतीलही कोणी.

'पगाराशिवाय आम्हांला तुमच्यासारख्यांकडून बक्षिसी मिळते. ती आमची
वरकमाई. आमच्या हॉटेल-धंद्याच्या भाषेत आम्ही त्याला सेव्हिंग्ज बँक म्हणतो.'

'सगळेच जण चांगली बक्षिसी देतात का?'

'सगळेच देत नसले, तरी बरेच जण चांगली देतात.

'ह्या वरच्या, सेव्हिंग बँकेतील शिल्लक पैशाचं तू काय करणार आहेस?'

थोडा वेळ तो उत्तर देण्यासाठी घुटमुळला. नंतर त्यानं मनाची तयारी केली असावी. पायांच्या बोटांनी फरशीवर हालचाल करीत, हळू आवाजात तो म्हणाला,

'माझ्या लग्नासाठी बाजूला ठेवतोय ती रक्कम.'

'चांगली कल्पना आहे तुझी!'

'हो, साहेब, ह्या कल्पनेला अनेकांचे हात लागणार आहेत तेवढीच मदत माझ्या या गरिबाच्या लग्नाला. पुढच्या वर्षी लग्नाचा विचार आहे. आईचा तगादा तर गेल्या वर्षापासून आहे; पण एकदा लग्न झालं की, सगळा खर्च वाढणार. म्हणून मी आणखी एक वर्ष थांबणार आहे.'

'मुलगी बघितली असेलच.'

महेश लाजला. 'हो. नात्यातली आहे गावाजवळची आहे.'

'तुमच्या दोघांच्या पसंतीनं की घरच्यांनी ठरवलं?'

महेशचा गोरा चेहरा आणखीच गोरा-मोरा झाला. खुर्चीवरून उठून तो जिन्याकडं जाऊ लागला.

'तुम्हाला कॉफी आणतो आता, म्हणत जिन्यावरून तो खाली पळत गेला.

मला त्याच्या लाजण्याची गंमत वाटली.

माणसं वेगवेगळ्या कारणांसाठी संचय करीत असतात.

छोट्या-छोट्या गोष्टींसाठी कुरकुरणारे आणि कुढणारे आम्ही सतत असमाधानी असतो अनेक कारणांसाठी. परंतु महेशकडं बघताना जाणवत होतं, येणाऱ्या प्रत्येक क्षणाला तो हसत सामोरा जात होता.

नव्हे, कामासाठीच आपण आहोत, हे त्यानं ओळखलं असेल, म्हणूनच तो पूर्ण समाधानी असावा.

महेश कॉफी ओतत असताना खूश दिसत होता.

'महेश, एक सांगायचं राहिलं... भाभीचं नाव नाही सांगितलंस तू आणि ती काय शिकलेली आहे?'

'शाळेत शिकते आहे अजून.'

'मग लग्नाची घाई कशाला?'

'फार शिकून काय करायचं मुलीनं? कामापुरतं शिक्षण पुरं झालं. मॅट्रिकपर्यंत शिकून काय करतो आहे, हे तुम्ही बघताच आहात.' प्रथमच त्यानं स्वतःच्या

शिक्षणाचा उल्लेख केला होता. आतापर्यंत मीही त्याला त्याच्या शिक्षणाबद्दल विचारलं नव्हतं. 'इकडं मुली नोकरी करतात ना शिकलेल्या?'

'ते बरोबर आहे, साहेब; परंतु ते तितकं सोपं काम राहिलेलं नाही आता. सरकारी नोकरी अवघड आहे. खाजगीत अडचणी आहेत. तरीही ती या वर्षी मॅट्रिकच्या परीक्षेला बसते आहे.' तिचं नाव न सांगता महेश निघून गेला.

महेशच्या वेटर मित्रांकडून मी माहिती जमविली. स्वतःबद्दल फारसं न सांगणारा महेश नोकरी करीत शिकत होता. रात्री उशिरापर्यंत काम करून हा रात्री जमेल तसा अभ्यास करीत होता. कॉलेजच्या कोणत्या वर्गाला आहे, ते त्यांना नीट माहीत नव्हतं. त्यांनी त्याला कधी विचारलं नव्हतं. त्यांच्यात शिकणारा म्हणून सगळेजण त्याच्याबद्दल नीट बोलत.

कॉफी पीत असताना नकळत वीस वर्षांपूर्वीचा प्रसंग माझ्या डोळ्यांसमोर उभा राहिला.

अमेरिकेतील मेळाव्यानंतर एका अमेरिकन कुटुंबात मला एक आठवडा राहण्याची संधी मिळाली होती. थिमेन्स कुटुंबात मी राहावयास होतो. माझ्या वास्तव्याचा दुसरा दिवस होता. त्या कुटुंबात चारच माणसं होती श्री. व सौ. थिमेन्स, मुलगा-जिम आणि मुलगी लिंडा. मुलगा सैन्यात होता. मुलगी नोकरी करायची. श्री. व सौ. थिमेन्सचा टायरचा कारखाना होता. श्रीमंत आई- बापाची मुलगी नोकरी करते, ही गोष्ट माझ्या भारतीय मनाला न पटणारी. शेवटच्या दिवशी सौ. थिमेन्स मला लिंडाच्या नोकरीच्या ठिकाणी तिला भेटण्यासाठी दुपारी घेऊन गेल्या. आम्हांला बघून लिंडा पळत आली. तिच्या अंगावरचा गणवेश बघून मी क्षणभर चक्रावलोच होतो.

'तू काय काम करतेस? इथं ' मी तिला विचारलं, 'हॉटेलमध्ये काम करते.' 'असं काम तू करतेस?' 'असं-म्हणजे कसं?' तिचा मला उलट प्रश्न आणि हसणं.

हे काम मोठं, ते काम छोटं, हे काम प्रतिष्ठेचं, हे काम कमी प्रतिष्ठेचं मानणाऱ्या आम्हा भारतीयांना एक श्रीमंत बापाची मुलगी स्वतःची गाडी खरेदी

करावयाची, म्हणून हॉटेलमध्ये वेटरचं काम करते, ही गोष्ट माझ्या भारतीय मनाला न पटणारी होती.

त्या अमेरिकन लिंडात आणि श्रीनगरच्या महेशमध्ये काम करण्याच्या पद्धतींत मला खूप साम्य दिसत होतं. आम्ही भारतीय श्रमप्रतिष्ठेचे विविध कप्पे करून कामाचं मोल उगीच कमी-जास्त करीत असतो.

जोपर्यंत कोणत्याही कामाकडे एक श्रममूल्य म्हणून आपण पाहणार नाही आहोत तोपर्यंत ही दरी दिसत राहणार आहे.

शेवटच्या दिवशी आम्ही हॉटेलसमोरच्या मोकळ्या जागेत सामान ठेवून, येणाऱ्या टॅक्सीची वाट पाहत होतो.

महेश इतर प्रवाशांचं सामान खाली आणण्यासाठी धावपळ करीत होता.

सगळयांचं सामान आणून झाल्यानंतर महेश आणि त्याचे सगळे मित्र सामानाभोवती घोटाळू लागले.

पाच-सहा दिवसांची आमची ओळख. आज दुपारी नवीन प्रवासी येतील. पुन्हा त्यांच्या नवीन ओळखी होतील. हे सतत चालणारं चक्र आहे.

ओळख होत आहे, असं वाटावं आणि लागलीच बिऱ्हाड हलवावं, असं प्रत्येकाचं होत होतं.

पहिली टॅक्सी येऊन उभी राहिली. महेश आणि त्याचे मित्र आपापल्या मजल्यावरील प्रवाशांच्या सामानाकडे सरसावले.

तीन टॅक्सीज निघून गेल्यानंतर आमचा क्रम लागला.

सामान टॅक्सीत ठेवून झाल्यानंतर महेश म्हणाला,

'अच्छा, साब, पुन्हा कधी श्रीनगरला आला तर भेटू या.'

मी हसलो. हा अनुभव आता नवीन नव्हता. आम्ही पुन्हा श्रीनगरला येऊच, याची खात्री नव्हती आणि आलो, तरी त्या वेळी महेश ह्याच हॉटेलमध्ये कामाला असणारही नाही. हे माहीत असूनही निघताना मी त्याला म्हटलं,

'तुझ्या प्लॅनिंगला आमच्या आताच शुभेच्छा. लग्नाची पत्रिका पाठवू नको. कारण आम्ही येऊ शकणार नाही आणि तू तरी कोणाकोणाला पत्रिका पाठविणार आहेस?'

'ते पण खरं आहे, साहेब,' तो म्हणाला.

✦✦✦

शालीमारचा माळी : प्रतापसिंह

माणसं आपापल्या आठवणी अनेक प्रकारे मागे ठेवून जातात. कधी त्या उत्तुंग इमारतीच्या स्वरूपात असतात, तर कधी त्या नयन- मनोहर बागांच्या स्वरूपात असतात. काही ठिकाणं मात्र निखळ सौंदर्य आणि कलेच्या उपासनेतून निर्माण केली जातात. मग ते वेरूळ येथील कैलास हे खडकशिल्प असो, अथवा अजिंठ्यातील अभिजात चित्रकला असो.

यामागे असते माणसाची रसिकता आणि सौंदर्यदृष्टी. याशिवाय काही ठिकाणं आपल्या प्रिय व्यक्तीसाठी उभी केली जातात-आग्रा येथील ताजमहालसारखी.

श्रीनगरमधील मोगल उद्यानाबद्दलही हेच ऐकून होतो.

काश्मीरमध्ये येणाऱ्या प्रवाशांचं मोगल उद्यान हे एक प्रमुख आकर्षण आहे. दाल सरोवराच्या कडेला पूर्वेला अर्धगोलाकार आकारात ही मोगल उद्यानं उभारली आहेत.

ही चारही उद्यानं पंधराव्या-सोळाव्या शतकांत टप्प्याटप्प्यानं उभारलेली. मोगल बादशहाच्या एके काळी विश्रांती आणि एकांत प्रणयाची ही ठिकाणं, त्यांच्या रसिकतेची आठवण म्हणून हजारो प्रवासी दररोज आजही ह्या बागांना भेट देत असतात.

दाल सरोवराच्या काठानं बस जात असताना सांगण्यात आलं :

'तुम्ही जी उद्यानं बघणार आहात, ती आहेत प्रसिद्ध मुघल उद्यानं. पंधराव्या-सोळाव्या शतकांत वेगवेगळ्या ठिकाणी या उद्यानांची उभारणी केली आहे. ह्या एकूण चार बागा आहेत. दाल सरोवराच्या पूर्वकिनारी डोंगर-उतरणीवर अर्धगोलाकार ही उद्यानं वसवलेली आहेत. नैसर्गिक उताराचा उपयोग बागेतील वेगवेगळ्या टप्प्यांसाठी करून घेतला आहे. तसंच, डोंगरातून वरच्या बाजूनं येणाऱ्या पाण्याचा उपयोग तऱ्हेतऱ्हेच्या सुंदर कारंज्यांसाठी केलेला आहे.

'हे पहिलं उद्यान आहे चश्मेशाही. आकारानं लहान, तरीही सुंदर असं हे उद्यान. चश्मा म्हणजे झरा. शहाजहाननं दहा टप्प्यांत हे बनवलं. येथील झऱ्याचं पाणी पाचक आणि औषधी-गुणकारी समजलं जातं.

दुसरे निशात उद्यान. नूरजहानचा भाऊ आसफखान यानं ते निर्माण करवलं. निशात म्हणजे आनंदोद्यान. अकबरानं नसीम उद्यान हे उद्यान उभारलं. शेवटचं आणि महत्त्वाचं उद्यान आहे शालीमार.

'शालीमारचा अर्थ प्रेमाचं ठिकाण. शाला म्हणजे प्रेम आणि मार म्हणजे निवास. कोणे एके काळी मोगल सम्राट जहांगीर आणि त्याची पत्नी नूरजहान काश्मीरला हवाखोरीसाठी आले होते. दोघांना हे ठिकाण शाही प्रणयासाठी खूप आवडलं. मग काय राजाज्ञा! शालीमार ह्या सुंदर उद्यानाची आखणी झाली. डोंगराच्या उतरणीवर चार टप्प्यांत ते तयार केलं.

'डोंगरातून वाहत येणाऱ्या पाण्याचा उपयोग विविध नयनमनोहर कारंज्यांसाठी केला गेला.

चिनारवृक्षांच्या छायेत शाही काळा मंडप उभारला गेला. ही बारादरी हिंदू पद्धतीच्या बांधकामाचा उत्तम नमुना आहे. दरवर्षी जहांगीर आणि नूरजहान ह्या शालीमारच्या शाही मंडपात प्रणय- धुंद होत.'

बस थांबली. गाइडचं माहिती सांगणंही थांबलं होतं. भूतकाळाचा पडदा बाजूला सारून मन वर्तमानात समोरच्या वास्तवाला सामोरं गेलं.

निसर्गाचं वरदान आणि प्राकृतिक सुंदर पार्श्वभूमी लाभलेलं हे ठिकाण क्षणभर आपल्याला सगळं विसरायला लावतं. वर मोकळं आकाश, समोर आकाशाच्या उंचीशी स्पर्धा करणारे उंच चिनार वृक्ष.

मात्र ही सगळी सुंदर ठिकाणं दुकानं आणि फेरीवाल्यांनी विद्रूप करून टाकली आहेत. नीट-नेटक्या चेहऱ्याच्या व्यक्तीनं ठिगळा- ठिगळांचं अंगवस्त्र परिधान करावं, तसं ह्या शालीमार बागेचं दर्शनी रूप केविलवाणं वाटू लागलं. मुख्य प्रवेशदाराशी विविध वस्तू विकणारे फेरीवाले प्रवाशांभोवती घोंगावत होते. यांच्यापासून सुटका करून घेताना सर्वांनाच कसरत करावी लागत होती.

मुख्य प्रवेशदारातून थोडी चढण चढून बागेच्या पहिल्या टप्प्यापर्यंत आलो.

समोर टप्प्या-टप्प्यांत शालीमार उद्यान पसरलेलं होतं. पश्चिमेला दाल सरोवर. समोर दिसत होते दाल सरोवरातील चार चिनार आणि त्याआड मावळतीकडं झुकलेलं सूर्यबिंब.

उद्यानात माणसांची खूप गर्दी.

फोटोग्राफर आणि काश्मिरी कपड्यांत फोटो काढण्यासाठी प्रवाशांची चाललेली धडपड.

एप्रिल महिना असल्यामुळं शालीमारला ऑक्टोबर-नोव्हेंबरमध्ये फुलणारी फुलं मात्र काहीच दिसत नव्हती; परंतु उद्यानात डोंगरावरून वाहत येणाऱ्या नितळ पाण्याचा विविधरंगी कारंज्यांसाठी कल्पकतेनं उपयोग करून घेतला होता. पाठीमागे उभी होती उंच देवदार आणि चिनार वृक्षांची अभेद्य भिंत.

उद्यानात मोकळी हिरवळीची जागा दिसताच मुलांचा खेळ सुरू झाला. मोठी माणसं इकडं तिकडं रेंगाळू लागली, तर काही जण मळलेल्या आणि कुबट वास येणाऱ्या रंगीबेरंगी काश्मिरी कपड्यात जोडीनं फोटो काढण्यात गुंग.

उद्यानाच्या शेवटचा टप्प्यात ढकलगाडीसारख्या यंत्रानं दोन माणसं हिरवळ कापत होते. एकजण ते यंत्र ओढीत होता. दुसरा मागच्या बाजूनं एका हँडलनं यंत्रावर थोडा दाब द्यायचा. ड्रमसारख्या यंत्रातून कापलेली हिरवळ बाहेर पडत होती. एक स्त्री ही कापलेली हिरवळ एका ठिकाणी जमा करीत होती.

त्यांच्यासमोर थोडा चढ असलेली जागा. तिथून मुलं खाली घसरत येत होती. हिरवळीची घसरगुंडी मुलांना खूप आवडली होती.

आम्हांला जवळ उभे बघून हिरवळ कापणाऱ्या माणसानं काम थांबवलं. दोघांपैकी एक वयस्कर होता. दोन्ही तळहात मळलेल्या पँटच्या मागे पुसत, आम्ही उभे होतो तिथपर्यंत तो आला.

'बोलिए, साब, क्या सेवा करूँ?'

'बस्स काही नको.... आणि तू काय सेवा करणार आहेस आमची?'

'काश्मिरी फुलांचे कंद देतो. अच्छे आहेत. दुसरीकडं कुठं मिळणार नाहीत.'

'नको, बाबा, आम्हांला घरी पोहोचायला अजून खूप उशीर आहे. तोपर्यंत कंद खराब होतील आणि आमच्याकडील वातावरणात ते येणारही नाहीत.'

तो गमतीदार हसला

'का नाही येणार! तुमच्याकडं मट्टी नाही, वाटतं? अरे साब, जिथं पाणी और मट्टी आहे, तिथंच ही फुलं येतात.'

'कोणते प्रकार आहेत फुलांचे?'

'बहुत हैं. तुम्ही म्हणत असाल, तर दहा प्रकारचे वेगवेगळे कंद देतो मी.'

चहा आणि कॉफी विकणारा पोरगा जवळ येऊन उभा राहिला. 'साब, कुछ ठंडा-गरम दूँ?'

माळ्याकडं वळत मी विचारलं,

'चहा-कॉफी पिणार?'

'नको, साब. तुम्ही घ्या. '

मी चहा-कॉफी विकणाऱ्या पोराला पाच-सहा कप चहा द्यायला सांगितला. तीन कप माळ्याकडं द्यायला सांगितलं.

पोरगा आमच्या उदारतेकडे आश्चर्यानं बघू लागला.

आढेवेढे घेत त्या दोघांनी चहा घेतला. माळ्यासोबतच्या बाईनं जवळच्या झुडपाखाली झोपलेल्या लहान पोराला उठवून कपातला दोन घोट चहा पाजला.

'मग काय, साहेब, देऊ तुम्हांला कंद?'

'नंतर बघू. आम्ही जाताना सांगतो.'

'तुम्ही रात्री आठपर्यंत थांबणार आहात इथं. आम्ही दिवस मावळला की, जाणार-आमच्या घरी.'

तो चिकाटीनं प्रयत्न करीत होता.

'कुठं राहता तुम्ही?'

व्यवहाराचं सोडून, त्याच्या दृष्टीनं अनावश्यक प्रश्नानं त्याच्या चेहऱ्यावर नाराजी दिसू लागली. त्याला खूश करण्यासाठी म्हणालो,

'ठीक आहे. मी घेतो दहा कंद. किती पैसे द्यावे लागतील?'

'आप सोच समझके देना. त्याचा काही भाव थोडाच आहे ठरलेला?'

त्याच्या सोबतच्या माणसाला त्यानं काही तरी सांगितलं. काश्मिरी भाषेतलं त्यांच बोलणं समजणं शक्य नव्हतं; पण मी अंदाज केला. कंद आणण्यासाठी तो बोलला असावा.

'बैठो. आता मी कंद घेणार आहेच.' तो लाचारीनं हसला.

'कुठं राहता तुम्ही?'.

माझा आधीचाच प्रश्न.

'वरच्या बाजूला...' शालीमारच्या उंच चिनार वृक्षांकडं त्यानं हात केला.

'गाव आहे तिथं?'

'हाँ. दहा-बारा घरं आहेत.'

‘तुमच्या गावातली माणसं काय उद्योग करतात?’

‘उद्योग कसला? एक-दोघांची दुकानं आहेत नसीम बागेजवळ. एक-दोघे काश्मिरी कपड्यांचा धंदा करतात. काहीजणांचे शिकारे आहेत. आम्ही माळ्यांचं काम करतो.’

‘किती साल झाले?’

त्याला आकडा सांगता येईना. काहीसा गोंधळला.

‘बचपनसे...’

‘तुम्ही काही लिहिणं-वाचणं शिकलात की नाही?’ ‘कशासाठी लिहिणं-वाचणं, साब?’

‘तुमचे वडील काय करीत होते?’

‘वडील, वडिलांचे वडील, सगळे इथंच काम करीत होते. सच बताऊँ का? ही बाग जेव्हा तयार केली जहांगीर बादशहानं, त्या वेळी माझे पणजोबाचे पणजोबा होते त्यांच्या बरोबर.’ आणि तो हसू लागला.

‘आमची पूरी खानदान इथं काम करीत आहे.’

‘तुम्हांला मुलं किती? आणि ते काय करतात?’

‘दोन मुलगे आहेत. एक शिकारा चालवतो. दुसरा या वर्षी नववी पास झाला. पुढं शिकायचं, म्हणतो. मी नको म्हटलं, झगडा करून गेला. आता तुम्हीच सांगा साहेब, आपलं काम सोडून ह्यानं हे नखरे कशाला करायचे?’

‘तो शिकायचं म्हणतो, तर शिकू द्या..’

‘म्हणजे तुम्ही त्याच्याच बाजूचे निघाले!’

तो गप्प झाला.

विषयांतर करीत मी त्याला विचारलं,

‘हे बागकाम आवडतं का तुम्हांला? कधी कंटाळा वगैरे येत नाही का?’

‘कंटाळा करून कसं चालेल? आणि आम्ही खानदानी माळी आहोत, साहेब. पोटाच्या धंद्याचा कंटाळा कसा येईल? आमचं कामच आहे हे!’

‘आता दुसरेही माळी असतीलच ना इथं ते सगळेच थोडे असणारं? व्यवसायानं माळी! तरीही कामं करीत असतीलच ना?’ ‘शेवटी कामा-कामांत फरक पडतोच ना!’ तो त्याचा हेका सोडायला तयारच नव्हता.

‘तुमची घरवाली पण आहे का इथं नोकरीला?’ ‘दोघेही आहोत इथंच कामाला.’ ‘तिसरा माणूस कोण आहे बरोबरचा?’

‘गावातला पोरगा आहे. माळीकामच करतो तो.’ ‘तुमचं नाव?’

'प्रतापसिंह.' 'म्हणजे तुम्ही हिंदू आहात.'

'फक्त हिंदूच नाही. आपण महाराजा करणसिंहचं नाव ऐकलं असेलच. त्यांच्यापैकीच आहोत आम्ही. काश्मीरचे राजे आहोत आम्ही.'

'महाराजा करणसिंह तर खूप शिकले. मोठे झाले. मग तुम्ही तुमच्या मुलाला शिकवलं पाहिजे.'

'नाही, साहेब, ती मोठी माणसं. आमची पोरं शिकून बिघडवणं आम्हांला परवडणार नाही. पोरगं शिकलं, की ते कामातून जातं. नोकरी कुठं ठेवली आहे आपल्यासाठी? त्यापेक्षा आहे ते काम करणं चांगलं!'

'प्रतापसिंहजी, एक विचारू?' 'हाँ, साब.'

'तुम्ही हिंदू. गेले काही वर्षं इथं काश्मीर घाटीत गडबड चालली आहे. तुम्हा हिंदूंना त्रास होत नाही का?' 'कसला त्रास, साहेब?'

प्रतापसिंहचं विश्वच वेगळं होतं. माझ्या प्रश्नाचं स्वरूप त्याला कळलं नसावं.

'बरं, तुम्ही श्रीनगर बाहेर कधी गेलात का कामानिमित्तानं?' 'पुरी उमर इथंच गेली.' 'नातेवाईक कुठं आहेत?'

'इथंच जवळपास घाटीत राहतात. फिरणं वगैरे आम्हांला कसं परवडेल? ते तुमच्यासारख्या माणसांचं काम!'

अंधार पसरू लागला.

शालीमार उद्यान दिव्यांनी उजळून निघालं. गप्पांत अंधार कधी झाला लक्षातही आलं नाही.

ध्वनि-प्रकाशाचा कार्यक्रम बघण्यासाठी बारादरीकडे निघालो.

सात वाजायला आलेत. सर्वजण कार्यक्रमाची वाट बघताहेत. कार्यक्रम सुरू झाला.

निवेदक सांगू लागला :

जहांगीर बादशहानं इ. स. १६१८ साली साम्राज्याची सूत्रं हाती घेतली. उन्हाळ्यात आपल्या मलिका नूरजहानसोबत तो काश्मीरमधील ह्या रम्य ठिकाणी प्रथमच आला होता. ह्या ठिकाणाच्या निसर्गसौंदर्यानं तो पागल झाला. शाही प्रणयासाठी हे रम्य ठिकाण निवडलं गेलं. दाल सरोवरकाठी हा सुंदर बगीचा उभा राहिला.

मध्यभागी संगमरवरी महाल आणि भोवती थुईथुई उडणारी कारंजी. दरवर्षी शाही दांपत्य इथं येऊ लागलं. आठव्या वेळी जेव्हा जहांगीर इथं आला, त्या वेळी त्याची प्रकृती ढासळलेली होती. तो म्हणतो, ही माझी शेवटचीच भेट दिसते. मी परत जाताना दिवंगत झालो तर मला जेहलमच्या उगमस्थानी वेरीनागला दफन कर. हीच माझी शेवटची इच्छा आहे.

नूरजहान त्याच्या तोंडावर हात ठेवून म्हणते, असं काही होणार नाही. मी अल्लाजवळ प्रार्थना करते.

ध्वनि-प्रकाशाचा कार्यक्रम संपला. सर्व बाग पुन्हा प्रकाशानं उजळून निघाली.

शालीमारच्या गेटमधून बाहेर पडत असताना प्रतापसिंह धावत पळत मला शोधत येत होता.

'बाबूजी, हे घ्या फुलांचे कंद. खास वेगवेगळे आणले आहेत आपल्यासाठी!' हातातील प्लॅस्टिक पिशवी माझ्याकडं देत तो म्हणाला.

'बराच वेळ थांबावं लागलं तुम्हांला. घरी जायला उशीर झालाय आमच्यामुळं' मी म्हणालो.

करणसिंहराजाचा वंशज म्हणवणारा प्रतापसिंह समोर केविलवाणा उभा होता. किती देऊ?' 'त्याचा थोडाच फिक्स भाव आहे? तुमच्या खुशीचा प्रश्न?' किती द्यावेत, मी विचार करतोय. 'काय विचार करताय साहेब? तुमची आठवण राहील, असं काही तरी द्या.' मी म्हणालो, 'काय काय आठवणीत ठेवायचं?'

बस निघण्यासाठी घाई सुरू झाली. मी खिशात हात घातला. त्याच्या हातावर पैसे ठेवताना म्हणालो, 'कमी वाटत असतील, तर सांगा.'

ऐसा नहीं, साब. आम्ही खानदानी माळी आहोत. आपण द्याल, ते योग्यच असेल.'

नमस्कार करून तो डावीकडच्या सडकेनं झपाझप चालू लागला. अंधारात अस्पष्ट दिसणाऱ्या त्याच्या आकृतीकडं तो दूर जाईपर्यंत मी बघत राहिलो होतो.

❖❖❖

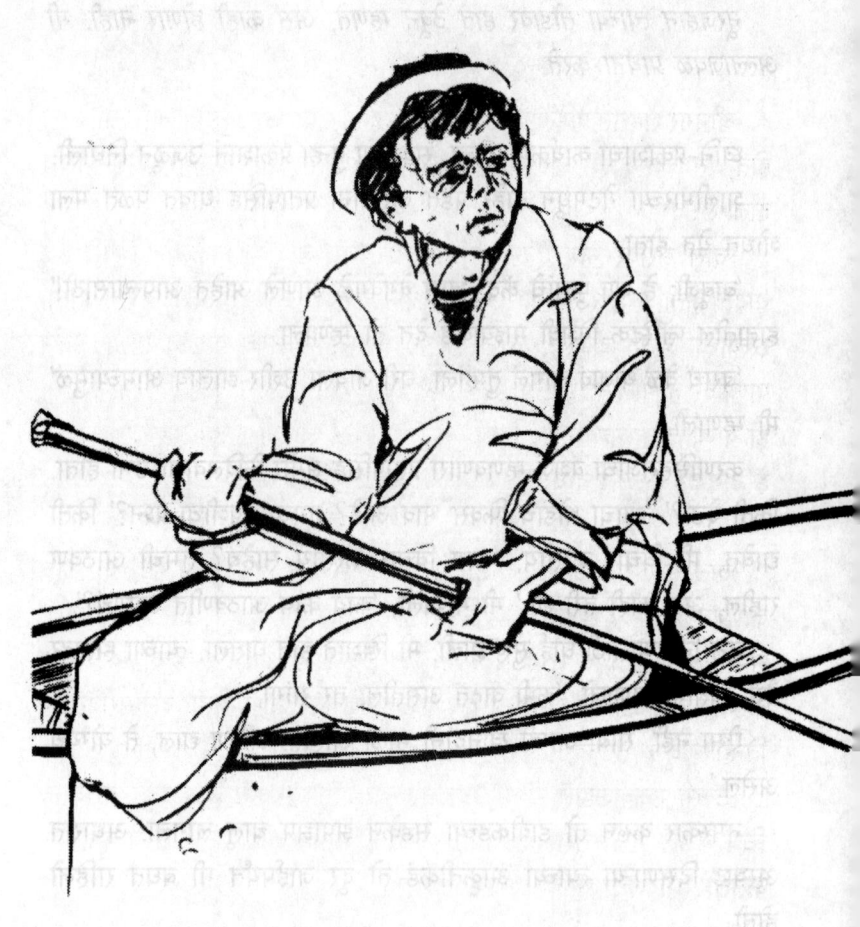

पाण्यावर पोट

श्रीनगर शहरात पहिल्यांदा प्रवेश करीत होतो, त्यावेळी टॅक्सीवाल्यानं सांगितलं होतं, 'तुमच्या डाव्या बाजूला जे पाणी दिसतंय, ते आहे श्रीनगरमधील प्रसिद्ध दाल सरोवर!'

'दाल सरोवर नाव ऐकताच आमच्या नजरा डावीकडे वळल्या. टॅक्सी हळू धावत होती. त्या रस्त्याच्या उजव्या कडेनं दुकानं आणि हॉटेल्सची रांग होती. रस्त्याच्या डाव्या बाजूला पसरलं होतं दाल सरोवर. सर्वत्र पाणीच पाणी आणि पाण्यावर तरंगणाऱ्या छोट्या-मोठ्या होड्या. वेगवेगळ्या रंगांच्या. विविध नावांची ही पाण्यावर तरंगणारी घरं म्हणजे बोट हाउसेस. छोट्या होड्या म्हणजे शिकारा. हे अगोदर कुठंतरी वाचलेलं, आठवू लागलं.

दाल सरोवरात ह्या शिकाऱ्यांची वर्दळ आणि बोट हाउसेसची गर्दी चांगलीच जाणवत होती. दूरपर्यंत पाण्यावर तरंगणारे शिकारे दिसत होते. जिथं पाणी संपलं असं वाटायचं, त्या ठिकाणी उंच उंच झाडं आणि झाडांची पाठराखण करणारी बर्फाच्छादित डोंगरांची रांग भक्कमपणे मागे उभी होती. दालसरोवराच्या तिन्ही बाजूंनी तटबंदीच केली होती, ह्या डोंगररागांनी.

टॅक्सी उजवीकडील गल्लीत वळली. डोळ्यांसमोर असलेल्या दाल सरोवराचं चित्र पुसलं गेलं. तरीही कधीतरी शाळेत भूगोलाच्या पुस्तकात वाचून पाठ केलेली सरोवराची माहिती आठवू लागली.

जमिनीच्या खोलगट भागी आजूबाजूचं पाणी साचून एक जलाशय तयार होतो. त्या जलाशयाला सरोवर म्हणतात. किंवा नदीचं पाणी एखाद्या खोलगट भागी साचून जो जलाशय तयार होतो, त्यालाही सरोवर म्हणतात. ही एवढीच

माहिती आता अपुरी वाटू लागली. अनेक प्रश्न, उपप्रश्न मनात निर्माण होऊ लागले.

एक मात्र झालं, प्रथमदर्शनीच दाल सरोवराच्या अथांग पाण्यानं ओढ लावली.

पहिल्याच दिवशी सायंकाळी सेंट्रल मार्केटवरून परत येत होतो. आज विशेष असा काही कार्यक्रम नव्हता. इतर सहप्रवासी आज रात्री उशिरा येऊन पोहोचणार होते. त्यामुळं लवकर आलेल्या आमच्यासारख्या प्रवाशांना सायंकाळ मोकळी होती. आम्हीही गावात फेरफटका मारण्याच्या उद्देशानं बाहेर पडलो.

हॉटेलवर परत येत असताना जिथं दाल सरोवर सुरू होत होतं, त्या ठिकाणी रिक्षा थांबवली. ह्या भागाला दलगेट म्हणतात. इथून हॉटेल्स जवळच होती. तेवढंच पायी चालणं होईल आणि रात्रीचं दाल सरोवराकाठी फिरताही येईल, त्या विचारात रिक्षा सोडून पायी चालू लागलो.

दिवसा पाहिलेलं दाल सरोवर आता पूर्ण बदलून गेलं होतं. दुपारी दिसणारं दाल सरोवर, त्यावरील शिकारे आणि हाउसबोटी आता नखशिखांत बदलून गेल्यासारख्या दिसत होत्या. सर्वत्र दिव्यांची नयनमनोहर रोषणाई. दुपारी प्रौढ नि धीरगंभीर वाटणारं दाल सरोवर आता कांती टाकून नवचैतन्याचा सळसळता आविष्कारच वाटू लागलं.

विविध रंगांच्या दिव्यांची कलाकुसर आणि त्या दिव्यांचं पाण्यात पडलेलं प्रतिबिंब. सगळ्या दाल सरोवरावर दिव्यांचे असंख्य पेटलेले लाल-हिरवे गोळे दिसत होते. काळोखाला व्यापून टाकणारं अथांग पाणी आणि पाण्यावर गोंदलेली असंख्य ठिपक्यांची दिव्यांची विविध आकारांची रांग. मधूनच डोळे मिचकावणारे प्रखर दिवे संगीताच्या तालावर डोलत होते.

दिवसा पाहिलेल्या दाल सरोवराचं सगळं रूपच जणू बदलून गेलं होतं. काळोखाच्या पार्श्वभूमीवर या पाण्याच्या अथांगपणाची काहीच कल्पना येत नसली, तरी पाण्याबद्दल नकळत ओढही वाटू लागली आणि वाटू लागला; हेवा-पाण्यावर मुक्तपणे संचार करणाऱ्यांचा!

हॉटेलवर परतलो. बराच वेळ डोळ्यांसमोरून दाल सरोवराचं दृश्य हलत नव्हतं. नंतर मात्र दररोज बाहेर पडताना बस दाल सरोवराच्या कडेनं जायची, त्या वेळी पुन्हा वाटायचं. रस्त्याकडेची ही पाण्याची साथ संपूच नये कधी.

श्रीनगर सोडण्याअगोदर शेवटचा दिवस होता. सकाळी दाल सरोवरात फेरफटका मारावयाचा कार्यक्रम होता. पाच-सहा दिवसांपासून ताणलेली इच्छा आज पुरी होत होती.

दाल सरोवराकाठी शिकारा-स्टँड आहे. टॅक्सी थांबते, त्या ठिकाणाला आपण टॅक्सी-स्टँड म्हणतो, तसा हे शिकारा-स्टँड म्हणायचा.

सहल-संयोजकांनी अगोदरच शिकारे ठरविले असल्यामुळं शिकाऱ्याचं भाडं वगैरे ठरविण्याचा प्रश्न नव्हता. एकएक कुटुंब एकेका शिकाऱ्यात बसत होतं.

पाण्यावर तरंगणारे शिकारे सिमेंटच्या प्लॅटफॉर्मला टेकून उभे केले होते. शिकाऱ्यात पाय ठेवताच शिकाऱ्यानं दोन्ही अंगांवर डोलत आमचं स्वागत केलं आणि आतापर्यंत दूरवरून मनाला मोहून टाकणाऱ्या पाण्याची भीती वाटू लागली.

शिकारा चालकानं सरोवराच्या काठापासून शिकाऱ्याची सुटका केली. हळूहळू शिकारा पाण्यावर सरकू लागला. एक-दोन मिनिटांत सगळे सावरले गेले. शिकाऱ्यात पाय ठेवताना लक्षात न आलेली एक एक गोष्ट स्पष्ट दिसू लागली.

शिकारा सुंदर सजवलेला होता. बसायला उत्तम प्रकारची बैठक. त्यावर मखमलीचं नक्षीदार कापड. तिन्ही बाजूंना टेकायला आकर्षक लोड. शिकाऱ्याच्या छताला काश्मिरी कलाकुसरीचं उत्तम नमुन्याचं कापड लावलेलं. आम्ही बसलो होतो त्या भागाला एखाद्या छोट्याशा बंद खोलीचा आकार आला होता. सर्व बाजूंनी तलम असे पडदे सोडलेले.

शिकाऱ्यावर दोघेजण चालक होते. एक शिकारा चालवत होता आणि दुसरा त्याच्या बाजूला बसलेला. विचार आला, गाडी चालवणाऱ्यासोबत मदतनीस असतो-क्लीनरसारखा, तसा असावा तो.

शिकारा किनाऱ्यापासून आता बराच दूर पाण्यात आला होता. सगळे शिकारे एकामागोमाग, कधी दोन दोन एका रांगेत, तर कधी एकमेकांच्या पुढं चालवण्याची स्पर्धा चाललेली.

सूर्य चांगलाच वर आला होता आणि समोर दिसणाऱ्या शंकराचार्यांच्या टेकडीचं प्रतिबिंब दाल सरोवराच्या नितळ पाण्यात दिसू लागलं. सरोवराच्या तिन्ही बाजूंना डोंगरांच्या रांगा. पाणी नितळ असल्यामुळं पाण्यात तरंगणाऱ्या वनस्पतींच्या मुळ्यांची गर्दी स्पष्ट दिसतेय.

आतापर्यंत समोर बघून शिकारा चालवणारा मुलगा गप्प होता. काहीसा अबोल वाटत होता. वय असेल पंचविशीच्या आसपास. त्याचा साथीदार मात्र कमी वयाचा वाटत होता.

दोघंही आपसांत काहीतरी बोलायचे. काश्मिरीमधलं बोलणं काही कळणं शक्य नव्हतं; परंतु बोलताना त्यांच्या चेहऱ्यांवर उमटणारे काळजीचे भाव, मात्र त्यांच्या गप्पा काही सहज अशा विषयावर चालल्या नसाव्यात, हेही जाणवून देत होते.

ते काहीतरी खाजगी, कौटुंबिक, व्यवसायासंबंधीच्या अडचणींबद्दल तर बोलत नसतील ना! कारण शिकारा चालवताना होणाऱ्या यांत्रिक हालचालीशिवाय, कोणत्याही प्रकारची गुंतवणूक त्यांच्या कृतीत जाणवत नव्हती. ना दिसत होता उत्साह. त्यांची ही सुतकी अवस्था कशी भंग करायची, ह्या विचारानं मी बैठकीच्या पुढं सरकलो. काहीतरी बोललं पाहिजे. कदाचित त्यातून काही निष्पन्नही होणार नाही; पण गप्प बसण्यापेक्षा कुठल्यातरी हवापाण्याच्या गोष्टीनं परिणाम झालाच, तर बरंच होईल.

'भाईसाब, कितना दूर है चार चिनार?' माझ्या अचानक उगवलेल्या प्रश्नामुळं मोठा थोडासा दचकलाच. एक वेळ मागे वळून पाहिलं त्यानं. काही न बोलता पुन्हा शिकारा वल्हवू लागला.

'तब्येत ठीक नाही का? काही प्रॉब्लेम तर नाही ना? मी मघापासून बघतोय... तुम्ही दोघेही काहीसे काळजीत दिसता.' थोडा तो सैल झाल्यासारखा वाटला. 'हाँ, साब..' एवढेच शब्द उच्चारून पुन्हा आपल्या कामात. मागून एका छोट्या होडीतला, एक माणूस झपझप वल्हवीत पुढं आला. शिकाऱ्याच्या बरोबरीनं आपली होडी चालवू लागला. 'केशर घ्यायचं मालक? खात्रीचं आहे. स्वस्त आहे. आठवण ठेवाल काश्मीरची.' बाजूच्या होडीतील माणूस बोलत होता. मी नाही सांगताच, तो पुन्हा म्हणाला, 'थोडं घेऊन बघा. इतरांपेक्षा किंमत कमी लावतो.' छोट्या होडीवाल्यानं, आमच्या शिकारा-चालकास काश्मिरी भाषेत काही तरी सांगितलं. झालं. शिकारा चालविणारा पोरगा खवळला.

दोघांची चांगलीच बोलाचाली जुंपली. मोठमोठ्यानं काश्मिरी भाषेत ते बडबडत होते. काही कळत नव्हतं. तसंच भांडणाचं कारणही समजेना. शेवटी मीच म्हटलं, 'चलो, भाईसाब, अजून दूर जायचंय.' 'तुम्ही फिकीर करू नका साहेब.' छोटी होडी बाजूला गेल्यानंतर मी त्याला पुन्हा विचारलं, 'कशामुळं भांडण झालं तुमचं?'

'तुम्हांला केशर घ्यायला पटवा, म्हणत होता. त्यासाठी मला कमिशन देतो, म्हणाला.'

ह्यात काय चिडण्यासारखं? त्याच्या दृष्टीनं तो एक व्यवहार होता. आम्ही आता तुमचं गिऱ्हाईक आहोत. तुम्ही सांगितलं, तर कदाचित आम्ही खरेदी करू, असं वाटलं असेल त्याला.'

'तसं नाही, साहेब, आमची ही मंडळी फसवायला निघाली सगळ्यांना. दोन पैसे देण्याच्या निमित्तानं हलकं भेसळ केलेलं डुप्लिकेट केशर विकतात. आम्हांला कमिशनचा लोभ दाखवून गिऱ्हाइकांना लुबाडतात.'

'बरोबर आहे. सगळीकडंच हा प्रकार वाढलाय. माणसंच आहेत ना ती सगळी, तुमच्या चिडण्यानं काय फरक पडणार आहे?' 'ज्याला करायची बेइमानी त्यांना ते करू द्या. आम्हांला नको ते हरामचे झूटे पैसे.'

'अच्छा, सोडून देऊ आपण हा विषय. दुसरं काही सांगता आलं, तर सांगा आम्हाला.' तरीही तो पुन्हा गप्प झाला.

डाव्या बाजूला पाण्यावर तरंगणाऱ्या छोट्याशा बगिच्याजवळून शिकारा चालला होता. पाण्यावर तरंगणाऱ्या वेलीवर माती टाकून छोटे छोटे बगीचे दालसरोवराच्या पाण्यावर तरंगते केले होते. ह्यावर फळभाज्या घेतल्या जात. हे पाण्यावर तरंगते भाजीमळेच होते.

'ती उजवीकडं पाण्यात तारेचं कुंपण असलेली इमारत दिसते ना, तो आहे महाराजांचा समर पॅलेस.'

'कोण महाराज?' 'काश्मीरचे राजे करणसिंहजी...'

आता शिकारा राजमहालासमोरून जात होता. पाण्यात बांधलेल्या राजवाड्याभोवती तारेचं कुंपण होतं. राजवाडा बंद होता आणि प्रवाशांना राजवाड्यात जाऊन तो बघण्याची परवानगी नव्हती. आणखी एक तरंगता बगिचा लागला. त्यातील पाणी संथ असल्यामुळं, तरंगणाऱ्या विशिष्ट जातीच्या वेलींच्या जाळ्यांवर माती टाकून हा बगीचा तयार केलेला होता.

'ती चार झाडं दिसतात ना? ते आहेत दाल सरोवरातील प्रसिद्ध चार चिनार!' पाण्यात समोर दिसणाऱ्या छोट्याशा बेटाकडं बोट दाखवून शिकारावाला सांगत होता.

'चिनार हा काश्मीरमधला महत्त्वाचा वृक्ष आहे. हे जे चार चिनार दिसतात ना, ते मोगल सम्राज्ञी नूरजहानने मुद्दाम लाववून घेतले. ह्या चार चिनारांची रचनाच अशी आहे की, कोणत्याही ऋतूत, दिवसभरात ह्या छोट्याशा बेटावर सतत सावली पडत राहावी. नूरजहानचं हे विश्रांतीचं ठिकाण होतं.'

प्रथमच तो बरंच लांबलचक बोलला होता.

'भाईसाब, हिवाळ्यात दाल सरोवर गोठतं, त्यावेळी आपण काय करता सगळे शिकारावाले?'

‘बैठे रहते हैं..’ ‘काम-धंदा?’

‘पाण्यावरच आमचं सर्वांचं पोट. ते पाणीच गोठलं, तर कामधंदा बंदच पडतो काही दिवस.’

‘यावेळी काय करता तुम्ही मंडळी?’

‘बसून असतो घरात. दुसरं काय करणार?’

चार चिनार असलेलं बेट आता जवळ दिसू लागलं. आमच्या पूर्वीचे काही सहप्रवासी तिथं जाऊनही पोहोचले होते.

‘तुमचा मूड खराब होता सुरुवातीला. काय कारण होतं त्यामागं?’

‘रात्री पोलिसांनी माझ्या लहान भावाला पकडून नेलं. तिसरी वेळ आहे ह्या महिन्यात. मागही एक-दोनदा आत होता.’

‘कारण?’

‘तो गरम डोक्याचा. सरकार त्याला चळवळ्या समजतं.’

‘घरात तुम्ही एकत्र राहता. की वेगळे?’

‘वेगळे राहतो.

‘त्याचा कामधंदा?’

‘शिकाराच चालवतो. अगदी सीझनच्या वेळेला पुन्हा पकडून नेलंय त्याला. घरात कमावणाराच आत टाकला.’

खोऱ्यातील गेले काही दिवस चाललेल्या ह्या गडबडीतून पुढं काय होईल, असा तुमचा अंदाज आहे?’

‘आमच्यासारख्यांच्या जिवाशी खेळतात सारे. असंच घडत गेलं, तर काश्मीरकडे येणाऱ्या देशभरातील प्रवाशांचा लोंढा हळूहळू कमी होईल. इथलं अस्थिर, भीतीचं वातावरण आणि बिघडलेली परिस्थिती आणखी बिघडत जाईल.’

‘असं होत गेलं, तर प्रवाशांच्या कृपेनं अनेक वर्षं आपापले व्यवसाय करणारे आमच्यासारखे अनेक छोटे मोठे उपाशी मरतील. ‘गेली एक दोन वर्षं हळूहळू हा अनुभव आम्ही घेत आहोत. प्रवाशांची रोडावणारी संख्या आणि आमच्यांतील वाढत चाललेली स्पर्धा, त्यामुळं ही परिस्थिती बिघडण्याची सुरुवात तर झालीच आहे.’

‘भीती मात्र वाटते की, ह्याचा शेवट काय होणार?’

शिकारा चार चिनारच्या लाकडी प्लॅटफॉर्मला लागल्यानं तो बोलायचा थांबला होता.

✦✦✦

सिमला येथील हमाल

मसुरी ते सिमला दहा-बारा तासांचा प्रवास हा एक विलक्षण अनुभव होता. हिमाचल प्रदेशातील हिमालयाच्या उत्तुंग रांगांमधून काढलेला हा बिकट मार्ग, म्हणजे माणसानं निसर्गाशी केलेले दोन हातच म्हणता येईल.

मसुरीवरून डेहराडूनपर्यंत आहे फक्त उतरण. त्यानंतर वीसेक किलोमीटरचा सपाट रस्ता सोडला, की घाट सुरू होतोय. घाट म्हटला की, आपल्याकडील अजिंठ्याचा घाट, चाळीसगावचा घाट, फार झालं तर पुणे-मुंबई रस्त्यावरील खंडाळ्याचा घाट डोळ्यांसमोर उभा राहतो.

एकदा सुरू झालेली हिमालयन रांगांची जीवघेणी चढण संपत नव्हती. बस सुरू झाली की, वीस वीस किलोमीटर बसेस एक विशिष्ट आवाज करीत चिवटपणे रस्त्यावर सरपटू लागल्याचा भास व्हायचा. एका बाजूला उंच डोंगराचा कडा आणि दुसऱ्या बाजूला खोल दरी. त्यात भर पडायची विचित्र नागमोडी वळणाच्या रस्त्यांची.

जीव मुठीत धरून बसणं काय प्रकार असतो, याचा प्रथमच ह्या प्रवासात अनुभव घेत होतो. त्यातही इकडचे बस-ड्रायव्हर म्हणजे प्रचंड आत्मविश्वासानं सफाईदारपणे गाडी चालवताना बघून, नकळत त्यांच्याबद्दलचा आदर आणि सहानुभूती वाढत होती. कारण उतरण्याचं ठिकाण येईपर्यंतच्या प्रवासात सगळ्यांची सुरक्षितता त्यांच्या हाती होती.

मात्र दहा-बारा तासांचा हा प्रवास कंटाळवाना मुळीच झाला नाही. आणि प्रयत्न करूनही ह्या प्रवासात झोपही आली नाही. नागमोडी वळणांमुळं बसमधील सगळेजण दोन्ही अंगांवर सारखे हिंदकळत होते.

दिवेलागणीच्या सुमारास सिमला शहरात बसेस पोहोचल्या. नुकताच काळोख पसरू लागला होता. अंधारात विजेचे दिवे सर्वत्र टिपक्यांसारखे दूरवर पुंजक्यापुंजक्याने दिसत होते.

हॉटेलवर सामान टाकलं. फ्रेश झालो. चहा-कॉफी घेऊन लागलीच बाहेर पडलो. बसमध्ये बसून बसून कंटाळाही आला होता आणि हॉटेलवर थांबून तरी काय करायचं? झोपही येणार नाही.

एक दोघांना सहज विचारलं,

'जवळपास पायी जाण्याएवढ्या अंतरावर बघण्यासारखं काय आहे?'

'आता दुकानं वगैरे बंद झालीत. पाहिजे, तर असे पुढं जा. मग डावीकडे वळा. तिथं पूल लागेल. त्या पुलावरून डावीकडे जो रस्ता लागेल, तो माल रोड.'

इकडे हिमाचल प्रदेशात माल रोड शब्द आता चांगलाच परिचयाचा झाला होता. शहरातील, विशेषतः डोंगरमाथ्यावर वसलेल्या शहरातील मुख्य रस्त्याला सगळीकडं माल रोड म्हणतात. आपल्याकडील मेन रोडसारखा हा रस्ता.

थोडं चालून माल रोडला लागलो. सगळीकडं सामसूम. साडेसात- आठलाच सर्व दुकानं बंद. माणसांची गर्दीही खूपच विरळ. त्यातही आमच्यासारख्या प्रवाशांचीच थोडी-फार गर्दी.

पुलाच्या कोपऱ्यावर भुईमुगाच्या शेंगा विकणारा एक पोरगा बसला होता. आता काही गिऱ्हाईक मिळणार नाही, ह्या विचारानं त्यानं आवराआवरही सुरू केली होती.

रिकाम्या हातानं हॉटेलवर परत जाण्याऐवजी तोंड चालवीत जाता येईल, ह्या विचारानं मी भुईमुगाच्या शेंगांचा भाव त्याला विचारला.

'घेऊन जा, बाबूजी, तुम्ही शेवटचं गिऱ्हाईक..' म्हणून तो शेंगांसाठी कागदाची शोधाशोध करू लागला.

'केवढ्याच्या देऊ शेंगा?'

आमचा निर्णय होईपर्यंत त्यानं मूठभर शेंगा कागदात टाकल्याही होत्या. त्याला आकडा सांगितला. शेंगा घेऊन हॉटेलकडे वळणार, तोच पाठीवर प्रचंड ओझं घेऊन येणारा माणूस पुलाच्या कठड्याजवळ थांबला. मध्यम वयाचा. पाठीवरील सामानाचं धूड त्यानं हळुवार जमिनीवर टेकवलं.

त्याचा चेहरा घामानं डबडबलेला होता. कोटाच्या बाहीनं घाम पुसून त्यानं ते ओझं पाठीवर पुन्हा पूर्वीसारखं घेतलं आणि तो माल रोडचा चढ हळूहळू चढू लागला.

हॉटेलवर परतलो; परंतु डोळ्यांसमोरून पाठीवर प्रचंड ओझं वाहून नेणाऱ्या त्या हमालाची आकृती जात नव्हती.

दुसऱ्या दिवसांपासून मला इथं एकच गोष्ट दिसू लागली. माल रोड वर सर्व चारचाकी वाहनांना बंदी आहे. त्यामुळं ह्या भागातील सगळ्या सामानांची वाहतूक माणसांना पाठीवर करावी लागते. छोट्या तशाच अवजड वस्तू फक्त पाठीवरच वाहून न्याव्या लागत होत्या. रिक्षा अथवा हातगाडी वगैरे कुठंच दिसत नव्हत्या.

ह्या कामासाठी कोवळ्या मुलापासून म्हाताऱ्यापर्यंत काम करणारे दिसायचे. खांद्यावर मालांचा गठ्ठा बांधण्याच्या उपयोगासाठी एक दोर टाकून माल रोडवरील उतारावरून बस-स्टँड किंवा रेल्वे स्टेशनकडं झपझप चालणारे, हे हमाल आता माझ्या कुतूहलाचा विषयच झाले होते. खांद्यावरील दोरात सामान बांधून, तो गठ्ठा पाठीवर टाकून, दोराचं दुसरं टोक डोक्यावर गुंतवलं जाई. शरीर पुढील बाजूला झुकवून पाठीवरच्या ओझ्यासह झपझप चढण चढणारी ही माणसं, आपल्याकडील ढकलगाड्या का वापरत नसतील, हा विचारही सारखा डोक्यात यायचा.

आमचा सिमल्यातील शेवटचा तिसरा दिवस होता. बायको आणि मुलगी माल रोडवर सामान खरेदीसाठी गुंतली होती. मला खरेदी ह्या प्रकाराबद्दल मुळी कंटाळा. त्यामुळं मी आणि मुलगा माल रोडवरील दुकानांसमोरून फिरत होतो. गर्दीत फिरताना एक फायदा असतो. तऱ्हेतऱ्हेची माणसं चित्रांसारखी बघता येतात. माल रोडवरील चर्चसमोर माणसांची चांगलीच गर्दी होती. माणस गटागटानं रस्त्यावरच उभी राहून चर्चा करीत होती. सिमला शहरातील हा महत्त्वाचा चौक. नीटनीटके कपडे घालून माणसं इथं येतात. रस्त्यावरच उभं राहून बराच वेळ बोलतात.

चर्चच्या उजव्या बाजूच्या रस्त्याला कमरेइतक्या उंचीचा पक्क्या भिंतीचा कठडा होता. कठड्यावर दोन माणसं बसलेली. खांद्यावर दोरी अथवा पट्ट्यासारखा लांबच लांब दोर.

भारवाहकांची ती खूण आता मला परिचयाची झाली होती. 'आरामात बसलात?' माझ्या अनाहूत चौकशीनं त्यांचं लक्ष माझ्याकडं गेलं.

दोघांचं वयही जवळपास सारखंच असावं. एक गोरापान; पण चेहरा काळवंडलेला; तर दुसरा काहीसा राकट.

त्यांच्या शेजारच्या सिमेंटच्या कठड्यावर मी बैठक मारली. माझ्याकडे एक वेळ बघून, त्यांचं आपसांतलं बोलणं सुरू झालं. 'कसा आहे या वर्षीचा सीझन?'

माझ्या विचारण्यानं त्यांचं बोलणं थांबलं.

'अभी तो शुरू हुआ.' एकाने तोंड उघडलं; परंतु त्यांच्या ह्या उत्तरात तुसडेपणा जाणवत होता. 'तसा सिमल्याला वर्षभर सीझन असतोच ना!'

'वर्षभर कमी-अधिक असला, तरी हे दोन-तीन महिनेच जास्त काम असतं.'

'इथली बरीचशी हॉटेल्स माल रोडच्या खाली मुख्य रस्त्यावरच आहेत. त्यामुळं सीझन चांगला असो अगर नसो, तुमच्या कामात फारसा फरक पडत नसावा.' मी चिवटपणे त्यांच्याशी बोलण्याचा प्रयत्न करीत होतो.

गेले दोन-तीन दिवस इथं मी बघत होतो. माल रोडवर लॉजेस तशी कमीच दिसत होती. सगळी हॉटेल्स इतर रस्त्यांवर होती आणि त्या रस्त्यावर सगळी लहान-मोठी वाहनं जाऊ शकत होती. फक्त माल रोडवरच इतर कोणत्याच खाजगी चारचाकी वाहनांना प्रवेश नव्हता. यामुळं मी त्याला हा प्रश्न विचारला होता.

'फरक कसा पडत नाही? हॉटेल्स जरी दुसरीकडं असली, तरी टुरिस्ट इथंच फिरायला येतात. या माल रोडवर. आणि सिमल्यातील सगळी महत्त्वाची दुकानं आहेत या रस्त्यावरच. पुढं वस्ती आहेच. यामुळं सगळ्या वस्तूंची ने-आण करावी लागते. आणि ही वाहतूक माणसांना पाठीवर अथवा डोक्यावरच माल वाहून नेऊन करावी लागते. टुरिस्ट वाढले की, मग कामही वाढतं. 'पाठीवर सामान वाहून नेण्याऐवजी तुम्ही ढकलहातगाडी का वापरत नाही?'

माझ्या प्रश्नावर दोघे एकमेकांकडे बघू लागले.

माझ्या बोलण्यातील 'गाडी' शब्द त्यांना चांगलाच कळला; परंतु ढकलगाडी त्यांना नीट कळाली नसावी.

'ढकलगाडीमुळं ओझ वाहून नेणं सोपं होऊ शकेल.'

'ते बरोबर आहे, साहेब; पण ती गाडी चालणार मोठ्या रोडवरच ना! सगळं सिमला शहर मोठ्या रस्त्यावर कुठं आहे? डोंगराच्या उतरणीवर, जिथं फक्त पायीच जाता येतं, तिथं कशी न्यायची ही गाडी?'

मला गप्प बघून एकजण म्हणाला,

'इथं माणसाची दोन पायांची गाडीच फक्त जाऊ शकते.'

-आणि तो हसू लागला.

माझं या परिसराचं अज्ञान आता त्यांच्या चांगलंच लक्षात आलं होतं. तरीही माझी त्यांच्याशी बोलण्याची उत्सुकता बघून माझ्याबद्दल त्यांना थोडं कुतूहल वाटलं असावं. 'नवं सरकार कसं आहे?'

गेल्या वर्षी नुकत्याच निवडणुका झाल्या होत्या आणि नवीन पक्षाचं सरकार आल्यामुळं मी सहज विचारलं.

'आताच कसं कळणार? तरीही सगळी सरकारं बऱ्याचदा सारखीच असतात. लोक कंटाळले की, बदल होतो.' तो नकळत सैद्धांतिक बोलून गेला.

'या बदलाचा फायदा प्रत्यक्ष तुमच्यासारख्या सामान्य माणसांपर्यंत पोहोचतो का?'

'आमच्यासारख्यांचा कसला आलाय फायदा! कोणतंही सरकार आलं, तरी कामं थोडीच चुकणार आहेत आम्हांला?'

'कामं तर सगळेच जण करतात. प्रत्येकाच्या कामाशी आपापलं पोट निगडित असतं. सरकार कोणतेही असो, त्यात कामात सूट कशी मिळणार? परंतु तुमच्यासारख्यांना बदलाचा काही फायदा मिळणार नसेल, तर बदलाचा काय उपयोग?'

'बऱ्याच बाबींचा उपयोग नसतो. चार निवडणुका बघितल्या आम्ही आतापर्यंत. प्रत्येक वेळी सगळेच सांगत आले, की या सोयी करू, त्या सोयी करू; परंतु प्रत्यक्ष किती फायदा आमच्यासारख्या मतदारांना मिळाला, हे त्यांनाच माहीत.' एकाची कडवट प्रतिक्रिया.

या चर्चेतही फारसं काही हाती लागत नव्हतं. सगळा हवेत हात फिरवण्याचा प्रकार चालला होता.

'तुम्ही जे ओझं वाहून आणता, त्याचे दर कसे ठरवता?'

'समोरचा बकरा बघून किती कापायचा, ते आम्ही ठरवतो...' आणि तो हसू लागला.

'बाहेरचे बकरेच कोवळे असतील कदाचित; पण इथले मात्र चांगलेच वातड असतील ना! त्या वेळी काय करता?'

'इथल्यांना मजुरीचा दर माहीतच असतो. त्यामुळं त्यांच्याशी फारशी घासाघीस होत नाहीच; परंतु बाहेरचं गिऱ्हाईक असलं की, किती कापायचं, ते त्या वेळची परिस्थिती बघूनच ठरवाव लागतं.'

'गिऱ्हाईक अडून बसलं एवढेच पैसे न देण्यासाठी, तर?' 'तसं होत नाही कधी. कारण त्यांना स्वतः सगळं सामान वाहून नेणं शक्यच नसतं. आणि इथं आमची एक पद्धत आहे. एका हमालानं एका गिऱ्हाइकाशी बोलणी केली की, दुसरा हमाल तो माल कधीच नेणार नाही. अगदी जास्त पैसे मिळाले, तरी.' 'म्हणजे ही तर तुमची उघडउघड अडवणूकच झाली एक प्रकारची!'

‘अडवणूक कसली? कामच आहे तसं कष्टाचं. पाठीवर ओझं घेतलं की, सगळा ओझ्याचा ताण डोक्यावर पडतो. कधी कधी क्षणभर डोळ्यांसमोर अंधारी येते-उपाशी असल्यामुळं. डोक्यापासूनचा ताण पोटातल्या आतड्यापर्यंत वाढत जातो. पाठीवर ओझं आणि पोटात पडणारा आतड्यांचा पीळ कसा कळणार तुम्हां लोकांना. पाठीवरचं ओझं आम्हांला हलकं वाटू लागतं; कारण डोळ्यांसमोर असतात आमची घरची बायका-मुलं. तेव्हा तुम्ही देत असलेल्या पैशाची किंमत काही नसते.’

त्याच्या या बोलण्यावर निरुत्तर होण्याशिवाय माझ्याजवळ पर्यायच उरला नाही.

मला गप्प बघून आता दुसऱ्यालाही स्फूर्ती आली.

‘आता तुम्हीच सांगा, साहेब, तुम्ही इथं माल रोडवर दुकानात माल खरेदी करता. त्या वेळी मालाचा भाव कोण ठरवतो?’ मला बोलायची संधी न देता तोच पुढं म्हणाला,

‘दुकान-मालकच त्याच्याकडील वस्तूंचा भाव ठरवतो. तुम्ही दोन पैसे कमी सांगता. तुम्हांला वस्तू आवडली, तर फारसे आढेवेढे न घेता तुम्ही ती खरेदीही करता.

‘तसंच दररोजच्या कामातही झालंय. कोणत्याही छोट्या-मोठ्या कामासाठी सगळ्यांना खिशात हात घालावा लागतो. इथं हात आखडला की, तुमचं काम अडलंच, म्हणून समजा!

आम्ही हे कष्टाचं काम करतो. ओझं वाहून वाहून आमच्या डोक्यावरचे केस हा दोर घासून घासून निघून जातात. तरीही दोन पैसे हक्कानं मागणं आमचा अधिकार ठरत नाही. ‘कारण मला माहीत आहे. तुमच्या सर्वांच्या दृष्टीनं आम्ही आहोत फक्त दोन पैशांचे हमाल.’

बायको आणि मुलगी बाजार करून परत आली असल्यानं रंगलेली मैफल मध्येच सोडून मला उठावं लागलं. निघताना त्या दोघांशी आणखी काही बोलावं, अशी उमेदच राहिली नाही माझ्यात.

✦✦✦

मनालीचा पुजारी

दुपारी मंडी गाव सोडलं. हिमाचल प्रदेशातील हे एक महत्त्वाचं शहर. मंडीपासून सुरू होतेय प्रसिद्ध कुलूघाटी. दोन डोंगरांच्या खोल दरीतून वाहतेय बिआस नदी आणि आमची बस धावतेय वळणं घेत या नदीकाठानं.

मंडीपासून कुलूपर्यंत खोल दरीतील नदीची साथ आणि डोंगररांगांची दोन्ही बाजूंना प्रचंड भिंत. मधून वाहणारं बिआसच फेसाळणारं पाणी. प्रवासाचा वेळ कसा निघून गेला, लक्षातही आलं नाही.

दूरवरून बर्फाच्छादित डोंगरांची शिखरं दिसू लागली. मनाली आता काही किलोमीटर्सच्या अंतरावर असल्याची ही खूण, सायंकाळचे सहा वाजण्याची वेळ. उजव्या बाजूच्या डोंगरमाथ्यावर सूर्यकिरणं पडली होती आणि पांढराशुभ्र बर्फ आणखीच चकाकत होता. त्या पांढऱ्या बर्फावर पडलेली किरणं परावर्तित होऊन सगळी घाटी स्वच्छ प्रकाशात न्हाऊन निघाली होती.

प्रथमच डोंगरावर बर्फ बघणारे बरोबरचे सहकारी म्हणाले,

'चला, इतकं सुंदर दृश्य बघून, सहलीचे सगळे पैसे एकदम वसूल झाले.'

दूरवर वाटणारा बर्फ आता जवळ दिसू लागला. तिन्ही बाजूंना बर्फाच्छादित डोंगराच्या पायथ्याशी वसलं होतं मनाली गाव. विरळ वस्ती सुरू झाली आणि एका ठिकाणी बस थांबली. समोर होतं हॉटेल बिआस.

हिमाचल प्रदेश टुरिस्ट डिपार्टमेंटच हे हॉटेल. हॉटेलच्या खोलीत सामान ठेवून, धारानं खोलीचं पश्चिमेकडील दार उघडलं. खळाळत्या पाण्याचा आवाज खोलीभर पसरला.

त्या आवाजाला एक प्रकारचा नाद होता-सतत प्रहार करीत असल्याचा.

सगळे खोलीच्या गॅलरीकडं धावले. समोर खाली वाहत होती बिआस नदी. दगडधोंड्यांतून वाहणारं पांढरंशुभ्र पाणी आणि त्याला जागजागी अडवण्याचा प्रयत्न करणारे प्रचंड काळे कुळकुळीत दगड. त्यातून पाण्याचा प्रवाहामुळं होणारा एक विशिष्ट आवाज सर्व भागात एका लयीत गुंजत होता.

समोर नदीपलीकडं वरपर्यंत डोंगर, डोंगरमाथ्यावर चकाकणारा बर्फ. पाठीमागे सूर्य मावळतीला गेलेला; परंतु सोनेरी किरणं डोंगरमाथ्यावरील बर्फावर पडल्यामुळं डोंगरमाथ्यांची बर्फाची किनार चंदेरी बनली होती.

मनाली गाव आता संधिप्रकाशात हळूहळू बुडू लागलंय, तसतशी समोरची डोंगरमाथ्यावरील बर्फाची चंदेरी कडा आणखीच चमकू लागली. जणू धारदार चाकूचं तळपतं लांबच्या लांब पातंच आडवं ठेवलं होतं.

रात्रभर बिआसच्या पाण्याचा आवाज कानांवर आदळत होता. खोलीची सगळी दारं बंद केली होती. तरीही आवाज कमी होत नव्हता. दिवसभराच्या प्रवासाच्या थकव्यानं शेवटी झोप कधी लागली, कळलंच नाही.

सकाळी बघतो, तर सगळी व्हॅली स्वच्छ प्रकाशात ताजीतवानी दिसत होती. हॉटेलचा व्यवस्थापक सांगतो, 'आज वातावरण खूपच सुंदर आहे. तुम्ही सगळेजण लकी आहात!' 'तुम्ही सुद्धा!' माझ्या अभिप्रायावर तो म्हणाला,

'अरे भाई, आमचे तर काळ्याचे पांढरे झालेत इथं. मनालीचं हवामान लहरी अन् हट्टी मुलासारखं आहे. घडीत चांगलं, तर घडीत बदल होणारं.'

रात्री लक्षात न आलेली एक एक गोष्ट दिवसा ठळकपणे लक्षात येऊ लागली. आमचं थांबण्याचं बिआस हॉटेल अशा ठिकाणी होतं की, तीन बाजूंचे डोंगर स्पष्ट दिसत होते. चौथ्या बाजूला दक्षिणेला वाहत होती बिआस नदी. त्या बाजूलाही दोन डोंगरांच्या मधोमध बनली होती एक दरी.

उंचउंच देवदार वृक्षांच्या गर्दीत, विरळ घरं, नव्हे-हॉटेल्स आणि दुकानं. मूळ मनाली गाव तसं छोटंसं. टुरिस्ट सेंटरमुळं हॉटेल्सची आणि इथं येणाऱ्या प्रवाशांचीच गर्दी झाली होती.

न्याहारीच्या वेळी कळलं, रोहतांग पासपर्यंत जाता येणार नाही. रोहेतांग पासकडे जाणाऱ्या रस्त्यावर तीसएक किलोमीटरपासून पुढं रस्ता बंद आहे. रस्त्यावरील बर्फ अद्याप वितळलेला नाही. या बातमीनं थोडी हळहळही वाटली सगळ्यांना.

जगातील सर्वांत उंच असा मोटारेबल रस्ता बघण्याची संधी यावेळी मिळणार नव्हती. कारण वाचलं होतं, रोहतांग पासची उंची तेरा हजार चारशे फूट होती.

रोहतांग पासऐवजी वसिष्ठकुंड येथील गरम पाण्याचे झरे आणि हिडिंबाचं मंदिर ही ठिकाणं बघण्याचं ठरवलं.

मनाली गावाच्या पश्चिमेला एक किलोमीटर डोंगराची चढण चढून वर आलो. घनदाट देवदार वृक्षांच्या गर्दीत जवळ येईपर्यंत काही दिसत नव्हतं.

शेवटचा चढ संपला आणि पॅगोडाच्या आकाराचं हिडिंबाचं मंदिर दिसू लागलं. सर्व लाकडी बांधकामाचं हे मंदिर होतं. चार मजली टप्प्यांत ते बांधलं होतं.

जवळ येताच मंदिराची कलात्मकता लक्षात येऊ लागली. सर्व लाकडी काम आणि लाकडावर सुंदर कोरीव काम केलं होतं. मंदिराच्या डाव्या ओट्यावर बसलेला एक माणूस आम्हा प्रवाशांना बघून झटकन उठला. हातातील अर्धवट खाल्लेली भेळीची पुडी त्यानं शर्टच्या खिशात कोंबली. दोन्ही हातांचे तळवे शर्टला तसेच पुसून तो चटकन मंदिराच्या कमी उंचीच्या दारातून आत घुसला. तो हिडिंबाच्या मंदिरातील पुजारी आहे, हे लक्षात आलं.

'या. असे समोर या.' मी आपणास माता हिडिंबाची माहिती देतो.'

आजूबाजूच्या प्रवाशांचा अंदाज घेऊन त्यानं सुरुवात केली :

'तुम्ही सगळेजण आज महाभारत बघून आलात. महाभारतातील हा एक भाग आहे. महापराक्रमी भीमानं दुष्ट हिडिंब राक्षसाचा नाश करून, त्याच्या बहिणीशी हिडिंबाशी लग्न केले. काही दिवसांनंतर हिडिंबाने मुक्ती मिळावी म्हणून या ठिकाणी कडक तप केलं आणि तिची देवी म्हणून या ठिकाणी पूजा केली जाऊ लागली. पुढं येथील राजानं एका हुशार कारागिराला बोलावून, आताचं सुंदर लाकडी मंदिर तयार करवलं.

'इतकं सुंदर मंदिर हा कारागीर दुसऱ्या ठिकाणी बनवील, हा विचार राजाच्या मनात येताच, हे कलात्मक काम करणाऱ्या कारागिराचा उजवा हातच राजानं कलम केला.

'कारागिरानं मनाली गाव सोडलं. छाम्बातील त्रिलोकीनाथ या ठिकाणी तो आला. कलावंतच तो. त्यात लोकांचा आग्रह. त्याची कलावंताची आतली ऊर्मी

त्याला गप्प बसू देईना. डाव्या हातानं त्यानं आणखी एक मंदिर उभारलं. या मंदिराहूनही सुंदर होतं ते. 'ते उत्तम मंदिर बघून त्या परिसरातील माणसं हादरून गेली. कारागिराच्या या कलेपुढं कौतुकानं नतमस्तक झाली.

'दुसऱ्या क्षणी त्यांच्यातील स्वार्थानं डोकं वर काढलं. इतकी अप्रतिम कलाकृती तयार करणारा माणूस, आणखी एक अशीच कलाकृती तयार करणार नाही कशावरून? आपल्याइतकी आणखी एखादी सुंदर कलाकृती होता कामा नये.

'आणि त्या गावकऱ्यांनी कारागीर कलावंताचं शिरच छाटून टाकलं.

'त्या जातिवंत कलाकारानं आपल्या कलेसाठी सर्वोच्च आत्मबलिदान केलं.

'ह्याचे साक्षीदार आहेत, हे हजारो वर्षांचे उभे देवदार वृक्ष. आपण, हवं तर विचारा त्यांना. बिआसच्या पाण्याची शपथ घेऊन ते तुम्हांला त्या कलंदर कलावंताची कैफियत ऐकवतील.'

त्यानं माहिती सांगणं थांबवलं.

ऐकणाऱ्याच्या चेहऱ्यांवरील भावांचा अंदाज घेऊन पुजारी म्हणाला,

'त्या कलावंतासाठी काही तरी केलं पाहिजे आणि आपल्यासारख्या दानशूरांचा राजाश्रय मिळाला, तर...'

तो पुन्हा थांबला.

समोर पडलेले पैसे कटोऱ्यात गोळा केले. पैसे टाकणारे संपलेत, याचा अंदाज केला. सगळे प्रवासी मंदिराबाहेर पडले. त्यानंतर तो बाहेर आला. ओट्यावरच्या पूर्वीच्या ठिकाणी येऊन बैठक मारली. सरावानं त्याचा हात खिशाकडं गेला.

अर्धवट कागदात गुंडाळलेली भेळ बाहेर काढली. एक मूठभर तोंडात टाकून समोर बघू लागला.

'तुम्ही माहिती चांगली सांगितली.'

त्याला खुलवण्यासाठी मी म्हटलं.

दोन्ही हात जोडून त्यानं नमस्कार करण्याचा प्रयत्न केला. हात जोडल्यामुळं हातातील भेळीच्या पुडीतून थोडी भेळ खाली सांडतेय हे लक्षात येताच, तो लाचारीनं हसला.

'आभारी आहे तुमच्या प्रतिक्रियेबद्दल.'

'तुमच्या माहितीत भीमाची व हिडिंबाची माहिती काहीच नाही. भीमानं

लग्न केलं. हिडिंबानं तप केलं. आणि पुढं काहीच कसं सांगितलं नाही?'

तो अवघडल्यासारखा माझ्या तोंडाकडं बघू लागला.

'तुम्ही पुजारी आहात का इथले?'

थोडा वेळ तो गप्पच होता. त्यानं मागंपुढं बघितलं. सांगावं की नाही, ह्या विचारात तो असावा. समोरून आलेल्या माणसाकडं हात करून तो म्हणाला,

हे आलेत पुजारी, मी चाललो. ते जेवायला गेले होते, म्हणून मी सहज माहिती सांगितली.'

तो जाण्यासाठी उठू लागला.

'मग तुम्ही काय करता?'

'अरे, भाई, तुम्हांला काय करायचं?' आणि आलेल्या माणसाला म्हणाला, 'सांभाळा तुमचं काम. ही माणसं मलाच पुजारी समजून विचारत सुटली.'

मला आठवण झाली. शाळेत शिकत असताना मावशीच्या गावी आडगावला दरवर्षी मे महिन्यात नाटक व्हायचं. मित्रांसोबत नाटक करणारा मुलगा अडून बसला. मी भरजरी शालूच नेसून दासीचं काम करणार. नको म्हटलं, तर तो रुसून बसला. शेवटी काय करावं? नाटक तर सुरू झालेलं. पहिल्या अंकात शेवटी दासीचा प्रवेश होता. काम थोडंसं. ऐनवेळी एका मुलाला उभं केलं. तालमी बघून बऱ्याच मुलांचे संवाद पाठ व्हायचे. त्यांतला हा मुलगा झाला दासी. दासीनं ठसक्यात प्रवेश केला आणि प्रेक्षकांतून हास्याचा कल्लोळ उडाला. 'अरे, दासीला फुटल्या मिशा!' कोण तरी ओरडलं. घाईघाईत दासी बनलेल्याच्या आकडेबाज मिशांमुळं चांगलाच घोटाळा झाला होता.

हिडिंबाच्या मंदिरासमोर ऐन वेळेस बनलेल्या पुजाऱ्याची स्थिती त्या दासीसारखीच झाली होती.

तो पायऱ्या उतरत असताना मला मागे बघून त्यानं विचारलं, 'आता काय पाहिजे? त्याला विचारा हवं ते. माझ्याकडं आलात, तर भेळ घ्यावी लागेल दोन रुपयांची.'

'म्हणजे?'

दगडाच्या मागे कपड्याखाली झाकून ठेवलेली पाटी त्यानं बाहेर काढली.

'बोला, केवढ्याची देऊ?'

त्याच्या हातावर दोन रुपये ठेवत मी म्हणालो,

हे झाले एका भेळीचे. भेळ मात्र निघताना दे. आता फक्त जोपर्यंत तुझ्याकडे गिऱ्हाईक नाही तोपर्यंत बोल.'

'खालीपिली बोलायला कशाला लावता, मालक, धंद्याची वेळ ही.'

'मंदिरातील देवीसमोरील पैसे नाही दिलेस पुजाऱ्याला...'

माझं हे आगाऊ बोलणं नाही आवडलं त्याला.

'कोण आहात तुम्ही विचारणारे?'

'त्या शिरच्छेद झालेल्या कलावंतासाठी काहीतरी करावं, ह्या विचारानं तुमच्यासमोर उभे आहोत आम्ही काही दानशूर.'

त्यानं हात जोडले.

'अरे, भाई, जा ना आता. पोटासाठी केली ती सारी नाटकं. पैसे देऊन उगी कटकट कशाला?'

'आमच्यासारखे भेटतात का कधी कधी?'

'इथं भेटलात. पुरे झालं आता. वर भेटू नका-म्हणजे झालं.'

आणि त्यानं कोपरापासून हात जोडले.

◆◆◆

मसुरीचा फोटोग्राफर

बसनं दिल्ली सोडली. दुपारचे बारा-साडेबारा वाजले होते. एप्रिलच्या उन्हाचा तडाखा जाणवू लागला. बसेस गावाबाहेर पडल्यानंतर थोडं बरं वाटलं; परंतु गरम झळा या जाणवतच होत्या.

प्रवास मात्र कंटाळवाणा वाटत नव्हता. रस्त्याच्या दोन्ही बाजूंना गव्हाची शेतं. काही ठिकाणी सोंगणी झालेली. काही ठिकाणी खळी चालली होती. रस्त्यांच्या दोन्ही बाजूंनी नव्यानं आंब्यांची लागवड झालेली दिसत होती. जुन्याही आमराया होत्याच.

आंब्याच्या जुन्या बागा नजरेत भरत होत्याच; परंतु त्याबरोबरच नवीन लागवडही लक्षात भरण्याइतकी होती. आणखी एक गोष्ट, इथं आंब्यांची झाडं सगळ्या पिकांत उभी होती. गव्हात आंबे उभे होते. उसातही आंबे दिसायचे. इतकंच काय, इतर भाज्यांमध्येही आंब्यांची लागवड केलेली दिसत होती.

दिल्ली सोडल्यापासून तीस-चाळीस किलोमीटरनंतर सुरू झालेली ही आमरायांची सोबत डेहराडून येण्यापूर्वीच्या डोंगरापर्यंत होती. आमराई संपली आणि नंतर सुरू झाली डोंगरांची चढण.

डेहराडूनला दिल्लीच्या बसेस बदलून पुन्हा पुढचा प्रवास सुरू झाला. दिल्लीहून बसून आलेल्या लांब बसेसच्या जागी हिमाचल प्रदेशच्या कमी लांबीच्या बसेस मिळाल्या होत्या.

बसेस का बदलल्या हे मसुरीची नागमोडी वळणं चढताना लक्षात आलं. एस आकाराची अवघड वळणं लांब आकाराच्या बसेसना वळताना अवघड जाणार होतं. त्यामुळं कमी लांबीच्या छोट्या बसेस अशा घाटात सोयीच्या होत्या.

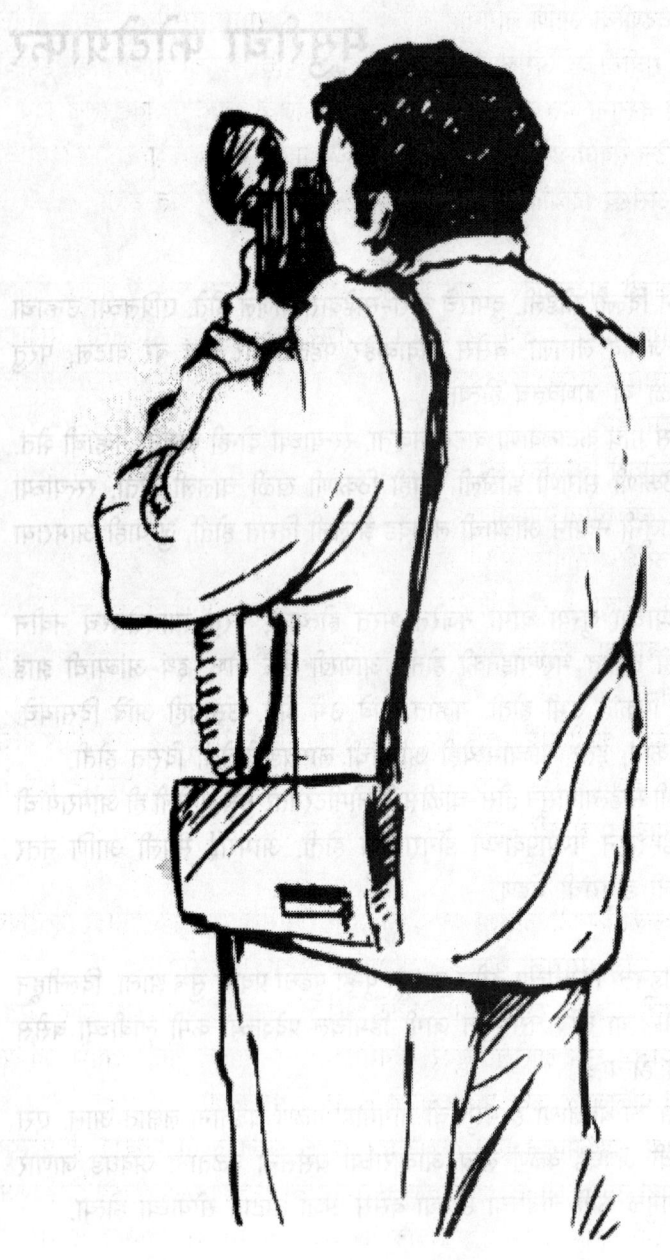

डेहराडून ते मसुरी अंतर रस्त्यानं पंचवीस-एक किलोमीटर; परंतु सगळा रस्ता चढणीचा आणि नागमोडी वळणाचा. तासाभरातच मसुरीच्या सेवाय हॉटेल समोर. रात्रीची वेळ असल्यामुळं आजूबाजूच्या रस्त्यांची, घरांची आणि झाडाझुडपांची नीटशी कल्पना येत नव्हती. फक्त दिसायचे विजेचे डोंगरातून विखुरलेले दिवे.

हॉटेल सेवायसमोर खूप दूर दरीत खालच्याबाजूला डेहराडून शहरातील दिव्यांची गर्दी. असंख्य दिव्यांवरून डेहराडूनच्या विस्ताराची कल्पना येत होती.

सकाळी हॉटेलबाहेर येताच मसुरीचं रूप लक्षात येऊ लागलं. हॉटेल सेवाय डोंगररांगांच्या एका टोकावर बांधलेलं. शंभर वर्षं होताहेत हॉटेलला. एखाद्या वटवृक्षासारखं हळूहळू विस्तारत गेलेलं हे हॉटेल मसुरीच्या शंभर वर्षांच्या घडामोडीचं साक्षीदार होतं.

कितीतरी स्थित्यंतरं ह्या हॉटेलनं बघितली असणार. नव्हे मसुरीची बदलणारी विविध रूपं त्यानं पाहिली आहेत उघड्या डोळ्यांनी.

अठराशे सत्तावीस साली इंग्रज कॅप्टन यंग शिकारीच्या निमित्तानं प्रथम ह्या ठिकाणी आला. हे सुंदर ठिकाण त्याला खूप आवडलं. त्यानं इथं सुटीसाठी एक बंगला बांधला. हळूहळू मग मसुरी हे हिलस्टेशन बनून आजचं स्वरूप मसुरीला मिळालं.

पहिली काही वर्षं उत्तर भारतातील राजे-महाराजांनी सुटीतील विश्रांतीचं ठिकाण म्हणून इथं आपापले बंगले बांधले. एकोणीसशे वीसला मसुरीत पहिली मोटारगाडी पोहोचली आणि पुढं मसुरीचा कायापालटच झाला.

सकाळी केम्पटी फॉलला जायचं होतं. मसुरीपासून पंधरा किलोमीटर अंतरावर केम्पटी फॉल मसुरीला येणाऱ्या प्रवाशांचं एक आकर्षण होतं.

मसुरी-चक्राता रस्त्यानं पश्चिमेकडे गेलं की, केम्पटी फॉललाच जाता येतं. मसुरीपासून सुरू झालेला सुंदर नागमोडी रस्ता संपतच नाही आणि आपण केम्पटी फॉलजवळ कधी पोहोचलो हे लक्षातही येत नाही.

मुख्य सडकेपासून एक किलोमीटर खाली खोल दरीत पक्क्या बांधलेल्या पायऱ्यांनी उतरावं लागतं. डाव्या बाजूला समोर उंच कड्यावरून फेसाळत कोसळणारं पाणी आणि त्या पाण्याचा पडण्याचा आवाज सगळ्या दरीत भरून गेलेला.

पाणी बघून मुलं तर उड्याच मारायला लागली. म्हातारे प्रवासीसुद्धा वय विसरून वरून कोसळणाऱ्या पाण्याखाली थंडीत कुडकुडत हसत खिदळत होते. भिजत होते.

धबधब्याच्या कडेला टुमदार हॉटेल. हॉटेलबाहेर छोटंसं पटांगण. तिथं खुर्च्या ठेवलेल्या. एका खुर्चीत बसलो. सगळं वातावरण वरून कोसळणाऱ्या पाण्यासारखं उत्साही वाटत होतं. 'भाईसाब आप फोटो नही खीचेंगे?' मी मागे वळून पाहिलं.

गळ्यात कॅमेरा लटकवलेला. डोक्यावर साहेबी हॅट. काळ्या पँटवर लालभडक टी शर्ट इन केलेला आणि टी शर्टवर लक्षात येतील, एवढ्या आकारात 'कॅच मी' ही इंग्रजी अक्षरं.

'नको, बाबा, फोटोबिटो काही नको.'

'अरे साहेब, फोटो पसंत नाही पडले, तर फुकट देऊन टाकीन सगळे. तुम्ही तरी काय नाव घ्याल माझं?'

मध्येच एक गिऱ्हाईक मिळाल्यानं, तो लगबगीनं खाली धबधब्याजवळ पायऱ्या उतरून गेला. धबधब्यात वरून पडणाऱ्या पाण्यामागं एक नैसर्गिक खोलगट जागा निर्माण झाली होती. त्या दिवळीसारख्या ठिकाणी एक उत्साही जोडपं उभं राहिलं. वरून पाणी पडतंय. जोडीदार फक्त अंडरवेअरवर. दोघंही थंडीमुळं चांगलेच कुडकुडत होते. त्यांचे दोन-तीन वेगवेगळे फोटो काढून झाल्यानंतर तो परत आला.

'आपण बघितलं, माणसं कशी मजा करतात? तुम्ही पुन्हा कधी येणार नाहीत मसुरीला. आणि आलाच चुकून, तरी केम्पटी फॉलला दुसऱ्यांदा नक्कीच येणार नाहीत. आमचा बचपनपासूनचा अनुभव बोलतो आहे.'

तो पिच्छा सोडायला तयार नव्हता.

'आमच्या जवळच्या कॅमेऱ्यानं काढलेत ना फोटो?'

'अरे भाई, कसं सांगावं तुम्हांला? ह्या वरून पडणाऱ्या पाण्यात आणि सूर्याच्या किरणांच्या रिफ्लेक्शनमुळं तुमच्या कॅमेऱ्यात चांगले फोटोचं येणार नाहीत.'

'नाही आले, तर बरंच होईल.' माझी प्रतिक्रिया.

'तुम्ही सीरियसली घेत नाही. नका काढू फोटो, परंतु ऐकून तर घ्याल की नाही? बिनापैशाचं?'

'तुमचं ऐकायचं, याचा अर्थ फोटो काढायलाच हवाय. असंच ना!' त्यानं मान नकारार्थी हलविली. स्वतःच्या डोक्यावरील साहेबी हॅट काढली. डोक्याच्या समोरील बाजूला केसांचा लवलेशही नव्हता. टकलावर जमलेला घाम डाव्या हाताच्या एका बोटानं निरपून झटकला. पँटच्या उजव्या खिशातील हातरुमाल टकलावरून सावकाश फिरवीत तो म्हणाला,

'तुम्ही सगळे टुरिस्ट सारखेच. नाही, म्हणजे असंच म्हणावं लागेल. टुरिस्ट जवळजवळ सारखेच असतात.' 'कोणत्या अर्थानं?'

'आता तुम्हीच मला सांगा! तुम्ही इथं आलात. स्वतः ट्रिप आयोजित करून आलात किंवा कोणत्या तरी टुरिस्ट कंपनीसोबत आलात. का आलात? कारण तुम्हांला सोय आणि सुरक्षितता हवीय. प्रवासात कोणत्या तरी हॉटेलमध्ये उतरणार. कोणत्या तरी भोजनालयात जेवणार. कोणत्या तरी पिकनिक स्पॉटला घोड्यावर बसणार, रोप-वेनं वर जाणार आणि इच्छा झालीच, तर कोणत्या तरी फोटोग्राफरकडं जोडीनं फोटो काढणार, म्हातारपणीच्या आठवणीसाठी.

'ऑल राइट. फक्त सुरुवातीला हो-नाही करत, सगळेच तयार होता. मी एक सांगू, तुम्ही म्हणाल? हा लागला चावटपणा करायला! पहिल्या वेळेस नाहीच म्हणतात सगळेजण.'

'ठीक आहे. आता तसंच समजू या आपण.' म्हणत आम्ही उठलो. दोन म्हणता म्हणता त्यानं चार-पाच फोटो काढले.

परत निघण्याची वेळ झाली होती.

त्यालाही गिऱ्हाइकं नसल्यानं तोही परत चालू लागला. रस्त्यापर्यंतचा चढ चांगलाच होता. थोडं चाललं की, पायांना गोळे येऊ लागले.

अर्धं अंतर चढून झालं असेल. डाव्या बाजूला छोटंसं टपरीवजा हॉटेल. थोडा वेळ विश्रांती अन् चहाही घेणं होईल, ह्या विचारानं थांबलो.

'मसुरीला राहता का?'

'नाही. ते समोर, खाली दरीत चार-पाच घरं दिसतात, ते माझं गाव.'

'फोटोग्राफी मुख्य धंदा?'

'नाही. फोटोग्राफी साइड बिझीनेस, समजा. तो घराच्या बाजूला जमिनाचा पट्टा दिसतोय. ती माझी थोडीशी जमीन.'

‘म्हणजे...शेती मुख्य व्यवसाय ना!’

‘तसा तोही मुख्य व्यवसाय म्हणता येत नाही हल्ली. सगळंच अर्धं अर्धं झालंय. एका गोष्टीवर भागणं अवघड झालंय. त्यामुळं हे काही, ते काही करावं लागतं आणि ते करण्याशिवाय पर्याय नाही.’

‘शेतात काम करताना तुमची ही पँट आणि ‘कॅच मी’ चा टी शर्टच ठेवता काय?’ मी हसत विचारलं.

तो क्षणभर हसलाही.

‘अरे, साहेब, मळके -फाटके कपडे घालून मी फोटोग्राफर बनलो, तर तुम्ही जवळ तरी येऊ द्याल का? तुमच्यासारख्या प्रवाशांसाठी हा पोशाख. शेतावर गेलं, की दुसरा शेतावरला पोशाख.’

केम्पटी फॉलवरून बसेस परत मसुरीकडे निघाल्या. मी दूरवर खाली त्याच्या घराकडे आणि बाजूच्या शेताकडे बघण्याचा प्रयत्न करीत होतो. काहीच दिसत नव्हतं.

दुसऱ्या दिवशी सकाळी सहा वाजता मसुरी सोडायची वेळ झाली. सामान रात्रीच बसवर चढवून ठेवलं होतं. सकाळी चहा घेऊन आम्ही निघण्याच्या तयारीत. काही प्रवासी बसमध्ये बसलेसुद्धा होते.

बायको हळूच म्हणते,

‘अहो, तो कालचा फोटोग्राफर अजून आलाच नाही. गेले सगळे पैसे पाण्यात!’

मी काहीच बोलत नाही. निघण्याची वेळ झाली.

‘ओ दाढीवाले बाबू!’ स्कूटर उभी करत तो पळत आला. ‘बघा बढिया फोटो आलेत!’ हातात फोटोचं पाकीट देत म्हणाला.

बस सुरू झाल्यानं त्याच्याशी पुन्हा एकही शब्द बोलता आला नाही.

✦✦✦

केसरी ट्रॅव्हल्सचे केसरीभाऊ

'नमस्कार मंडळी,

मी केसरी पाटील बोलतोय. तुम्हा सर्वांचं भारताच्या नंदनवनात प्रथम स्वागत करतोय. बरोबर आठ वाजता आपल्याला हॉटेल- समोरील हिरवळीवर जमायचंय.'

सकाळी सकाळी आवाज ऐकू आला. खोलीतील अंधूक प्रकाशात मी हातावरील घड्याळात बघितलं. साडेसहा वाजून गेले होते. उठायला हवं, म्हणून बाकीच्यांना उठवू लागलो. खोलीचा पूर्वेकडील पडदा बाजूला सारल्याबरोबर, खोलीभर स्वच्छ प्रकाश पसरला. बाथरूममध्ये तोंड धुण्यास गेलो आणि थंड पाणी काय प्रकारचं असतं, ह्याचा प्रथमच अनुभव आला.

काल दुपारी श्रीनगरला पोहोचलो, त्या वेळी थंडी फारशी जाणवली नव्हती. परंतु आज सकाळी गार पाणी हाताला झिणझिण्या आणत होतं. कसं तरी आटोपून आठ वाजता खाली आलो.

समोर केसरी पाटील उभे होते.

केसरी ट्रॅव्हलच्या छापील माहितीपत्रकात त्यांचा चेहरा बघितलेला होता. त्यामुळं हेच केसरी पाटील आहेत, हे ओळखण्यास सोप झालं.

सगळेजण हॉटेल कबीरच्या हिरवळीवर जमले होते.

'नमस्कार मंडळी, मी केसरी पाटील तुम्हा सर्वांचं ह्या नंदनवनातील पहिल्या सुप्रभाती स्वागत करतो. तुम्ही सर्वजण फार भाग्यवान आहात. कारण श्रीनगरमध्ये आजच्यासारखं स्वच्छ उन्ह फार दुर्मीळ गोष्ट आहे आणि ते तुमच्या स्वागतास आज पहिल्या दिवशीच हजर आहे. ही सुरुवात मी चांगली समजतो. 'सहा-सात दिवस आपण सगळेजण इथं केसरी ग्रूप म्हणून वावरणार आहात. तुमचं सहकार्य आणि आमची सेवा ह्यातून ह्या पुढील दिवसाचा सहवास तुम्ही सर्वांनी गोड करून घ्यावा.

'प्रवास हा माणसाचा गुरू आहे. ह्या गुरूकडून आपणास बऱ्याच गोष्टी शिकण्यास मिळतात... नव्हे, ह्या प्रवासामुळंच आपण स्वतःला चांगले ओळखू लागतो.'

ही केसरी पाटलांची ओळख सर्वांवर चांगलीच छाप पाडून गेली. प्रवास हा माझा धर्म आहे आणि हे व्रत मी सेवा म्हणून गेली अनेक वर्षं स्वीकारलंय, हे सांगताना त्यांनी, तुमचं सहकार्य नीट मिळालं तरच होऊ शकेल, असंही सांगितलं. काश्मीर-सहलीस येण्यापूर्वी केसरी ट्रॅव्हलच्या मोठ-मोठ्या जाहिराती वृत्तपत्रांत वाचल्या होत्या. काहीजणांकडून माहिती कळली होती. तेव्हापासून केसरी पाटलांबद्दल कुतूहल होतं. सहल-नियोजन आणि प्रवाशांशी एकरूप होणाऱ्या केसरी पाटलांबद्दल फक्त ऐकून होतो. त्या केसरी पाटलांसोबत काश्मीर-सहलीमुळं एक आठवडा राहण्याची संधी मिळत होती.

स्वागतानंतर केसरीभाऊंनी आठवड्याच्या कार्यक्रमाची रूपरेषा सांगितली. दैनंदिन कार्यक्रमात पाळावयाची आचारसंहिता त्यांनी सौम्य शब्दांत विशद केली.

नीटनेटकं आणि तेही मोजक्या शब्दांत कथन करण्याची त्यांची पद्धत. त्यातही त्यांनी एक महत्त्वाचा मुद्दा आवर्जून सांगितला: 'तुम्ही सर्वजण हे काही दिवस आनंदात घालवण्याच्या उद्देशानं काश्मीरला आलात. आपले सगळे व्याप मागे सोडून आलात. तेव्हा एकच काळजी आपण घ्यावी, अशी विनंती आहे. आपल्या वागण्यानं दुसऱ्याच्या आनंदात मिठाचा खडा तर पडणार नाही ना! याची कृपया काळजी घ्या.' 'मी इथं तुमचा मित्र,-हवं तर कुटुंबप्रमुख म्हणून काही दिवस राहणार आहे. कुटुंबप्रमुखास तारेवरची कसरत करावी लागते.

कुटुंबातील सर्व सभासदांना सांभाळावं लागतं. त्यामुळं कधी कधी कुटुंबप्रमुखाचीही अडचण होत असते. काही निर्णय घेताना कठोर व्हावं लागतं. त्यात कुटुंबाच्या इभ्रतीचा आणि शिस्तीचा प्रश्न असतो. त्यामुळं काही सभासदांना आपल्यावर अन्याय होतो, अशी बोचणी वाटत असते. परंतु एवढं लक्षात असू द्या, कुटुंबाचं हित हेच कुटुंबप्रमुखाचं काळजीचं मुख्य कारण असतं. आपल्या कुटुंबाची सोय, हीच आमच्या यशाची पावती असेल, असं मी समजतो.'

पहिल्या भेटीत केसरीभाऊंनी सगळ्यांवर चांगलीच छाप पाडली. त्यांचं दर्शनी स्वरूपच मनावर ठसा उमटवणारं होतं. गौर रंग, चांगली उंची आणि सतत हसरा चेहरा. बोलण्यातील थेटपणा नकळत केसरी कुटुंबप्रमुखाशी एक भावनिक नातं जोडून गेला.

एक-एक दिवस जसा संपत होता, तसं-तसं केसरीभाऊंच्या व्यक्तिमत्त्वाचे नवीन-नवीन कंगोरे छोट्या प्रसंगांतून नकळत समोर येत होते. प्रवासातील वेगवेगळ्या स्वभावाच्या दोनशे माणसांची तितक्याच सहजतेनं वागताना, त्यांचा अनेक वर्षांचा अनुभव आणि माणसं वाचण्याची किमया लक्षणीय होती.

त्याचं प्रत्यंतर पहिल्याच दिवशी रात्रीच्या जेवणाच्या वेळी आलं. सगळेजण जेवणाच्या हॉलमध्ये जेवणासाठी जमले होते. चांगला पुरणपोळीचा बेत आखला होता. जेवणं सुरू होण्यापूर्वी एक प्रवासी मित्र म्हणाले :

आम्हांला पुरणपोळी नकोय. आम्हांला साधं जेवण हवय.'

वाढणाऱ्या मुलानं सांगितलं, 'आज फक्त पुरणपोळीच केलीय. साधं वेगळं काही केलं नाही.'

'का नाही केलं? आम्ही का इथं पुरणपोळी खायला आलोय? घरी खातोय, इथंही तेच नकोय.' मित्राचा आवाज वाढला होता. एवढ्यात मेगाफोनवर केसरीभाऊंचा आवाज आला -

'मंडळी, प्रथम एक विनंती आहे. आम्ही आपली सहल चांगली व्हावी, तीत विविधता असावी, इतकंच काय, तुम्हांला घरची आठवणही होणार नाही, असं सगळं नियोजन आम्ही केलं आहे. महाराष्ट्रापासून दूर अशा श्रीनगरात आपणांस पहिल्या दिवशी पुरणपोळीचं जेवण देण्यामागे एक गोड उद्देश आहे. हा सहलीचा पहिला दिवस, आपल्याकडं चांगल्या कामाचं स्वागत पुरणपोळीच्या जेवणानं करतात. हाच ह्या जेवणामागचा आमचा उद्देश. आपल्या घरी सगळ्यांनाच पुरणपोळ्या आवडतात कुठं? परंतु कुटुंबाची शिस्त म्हणून आपण सगळं सहन करतोच ना?

'त्यातही मार्ग काढता येतो सामोपचारानं. पुरणपोळी नकोच असेल, तर आम्ही फक्त ब्रेड देऊ शकतो; परंतु या वेळी वेगळं काही करणं आमच्या रुटिन कामात अवघड आहे. ह्या कामी आपलं सहकार्य मिळावं, ही पुन्हा विनंती आहे.'

केसरीभाऊंच्या या मिठ्ठास बोलण्यानं प्रसंगातील कटुता टळली. त्यातून नकळत त्यांच्यातील प्रौढ, समंजस कुटुंबप्रमुखाची खंबीर भूमिकाच नकळत डोकावून गेली.

प्रत्येक दिवशी भाऊंच्या व्यक्तिमत्त्वाचे एकेक पापुद्रे नकळत उलगडत जात होते. वरून काहीसे सौम्य, गोड बोलणारे भाऊ शिस्तीचे भोक्ते होते. प्रसंगी कठोर निर्णय घेण्यास ते कचरत नसत. उलट, तो प्रसंग संपला की, त्यातील कटुताही ते पुन्हा भासू देत नव्हते.

एके दिवशी चांगलाच पेचप्रसंग निर्माण झाला. आमचे एक मित्र येताना व्हिडिओ कॅमेरा बरोबर घेऊन मुलाबाळांसह आले होते. मित्र उमदे आणि मोकळ्या स्वभावाचे. सर्वांशी चांगलेच रमले होते. रविवारचा दिवस होता. सकाळी सगळ्यांचं टी.व्ही.वरील रामायण बघायचं राहून गेलं होतं. त्यामुळं भाऊंनी जेवणानंतर रामायणाची कॅसेट दाखवण्याचा बेत ठेवला होता. जेवणं संपताच आमचे हे मित्र म्हणू लागले, आपल्या सर्वांची मी काढलेली कॅसेट अगोदर दाखवा.

भाऊ आणि भाऊंचा मुलगा हिमांशू म्हणाला, रामायणानंतर ती कॅसेट दाखवू.

मित्र अडून बसले. तुम्ही माझा अपमान करता. मुद्दाम माझ्याशी असे वागता, अशी भाषा करू लागले. त्याकडे दुर्लक्ष करून सर्वांना टी.व्ही.वर रामायण दाखवलं. रामायणानंतर सगळेजण आपापल्या खोलीकडे परतले. तो मित्र आपली कॅसेट बघा, म्हणून काहीना म्हणू लागला; परंतु थकलेले सर्वजण खोल्यांवर निघून गेले. मित्राचा रागाचा पारा चढला. त्यात ते चांगलेच प्याले होते. आवाज वाढवून बोलायला लागले. केसरीभाऊंनी त्यांना समजावण्याच्या सुरात सांगितलं, आता सगळी मंडळी थकली आहेत. उद्या सायंकाळी आपण कॅसेट बघू. तुम्हीही आता शांतपणे झोपा.

परंतु मित्र ऐकण्याच्या मनःस्थितीत नव्हता. त्याचा मोठा आवाज सगळ्या हॉटेलवर. खोल्यांत परतलेली सगळी मंडळी आवाज ऐकून पुन्हा जमा झाली. काही जण त्या मित्राची समजूत घालू लागले. शेवटी केसरीभाऊ कठोरपणे म्हणाले,

'मंडळी, आपण कृपया आपापल्या खोलीवर परत जा. तुम्हांला झालेल्या त्रासाबद्दल मी क्षमा मागतो. हॉटेलच्या व्यवस्थापकाकडे बघत ते म्हणाले, पोलिसांना फोन करून त्यांना बोलावून घ्या. माझ्या गिऱ्हाइकांना त्रास होत असेल, ग्रूपसच्या हितसंबंधास बाधा येत असेल, तर असे कठोर निर्णय घ्यावे लागतात. पोलिसांना सांगून ह्यांना ताबडतोब हॉटेलबाहेर घालवा.'

तोपर्यंत त्या मित्राला एक-दोघांनी बळेच त्याच्या खोलीवर ओढून नेलं.

सकाळी आम्ही चहासाठी हॉलमध्ये जमलो, त्यावेळी केसरीभाऊंच्या चेहऱ्यावर रात्रीच्या त्या प्रसंगाची पुसटही नावनिशाणी दिसत नव्हती. उलट भाऊंनी त्या मित्राच्या पत्नीला आवर्जून विचारलं, मिस्टर अजून उठले नाहीत का?

ह्या प्रसंगाच्या संदर्भात भाऊंनी पुसटसा उल्लेख केला,

'मंडळी, दुर्दैवानं कधी-कधी कटू प्रसंगाला आम्हांला तोंड द्यावं लागतं. तुमचं स्वातंत्र्य हिरावून घ्यावं, असं आम्ही कदापि करणार नाही. परंतु आपण जेव्हा इथं एक कुटुंब म्हणून काही दिवस राहणार आहोत, त्यावेळी कुटुंबातील पथ्यं आणि शिस्त पाळावी, एवढीच आग्रहाची विनंती मी करत आहे. तुमच्या वैयक्तिक आवडी-निवडीच्या आड येण्याचा आम्हांला काही अधिकार नसला, तरी आपण सार्वजनिक जीवनात काही अदृश्य बंधनं नकळत स्वीकारीत असतो. तेवढंच सहकार्य यापुढंही करा. कारण ही आपली सर्वांची आनंदयात्रा आहे.'

नंतरच्या दिवसांत भाऊंनी ह्या प्रसंगाची आठवणही कधी काढली नाही. ह्या घटनेनंतर पहिले काही दिवस तो मित्र स्वतःच अवघडल्यासारखा वागू लागला. त्यावेळी भाऊंनी त्याची सतत चौकशी करून तो प्रसंग घडलाच नाही, असं त्याला वागवलं.

दुसरा प्रसंगही तसाच लक्षात राहण्यासारखा.

सोनमर्गला सर्वांची जेवणं चालली होती. सर्वत्र बर्फानं वेढलेल्या हॉटेलमध्ये शिरा-पुरीचं जेवण होतं. भुकेल्या प्रवाशांनी जेवणाच्या ठिकाणी एकच गर्दी केली होती. हातात ताट-वाटी घेऊन सगळे उभ्यानं जेवत होते. भाऊ, त्यांचा मुलगा आणि इतर सहकारी सर्वांना व्यवस्थित जेवण मिळावं म्हणून प्रयत्न करीत होते. यावेळी एक नोकर कोपऱ्यात थोड्या आडोशाला बसून होता. भाऊंच्या हे

लक्षात आलं. आतापर्यंत खेळकर मूडमध्ये असलेल्या भाऊंचा सूर एकदम बदलला.

नोकराची कॉलर पकडून बाहेर खेचलं. तो काही बोलण्याच्या आत त्याला एक फटका लगावला.

'ह्यासाठी तुला इथं आणलं का?' भाऊंचा आवाज वाढला होता. नोकर धडपडत कामाला लागला.

दुसऱ्या क्षणी भाऊ पुन्हा शिऱ्याचं भांडं घेऊन सर्वांना आग्रह करीत वाढू लागले.

असे हे भाऊ.

भाऊंचं सगळं कुटुंबच प्रवासमय झालं होतं. पत्नी, मुलगा, मुलगी -सगळेच केसरी ग्रूपच्या वेगवेगळ्या सहलींसाठी काम करीत होते. प्रत्येकजण ह्या कामाचा वाटा उचलीत होते. केसरी ग्रूपची अस्मिता जपत होते. यामागे होती एक जिद्द आणि आयुष्यात वाया गेलेल्या श्रमांची पुन्हा उभारणीची एक जिद्द.

एके दिवशी भाऊंनी नकळत ह्या गोष्टींचा उल्लेख केला.

'मंडळी, शत्रूवरही अशी वेळ येऊ नये, असं मानणारा मी माणूस आहे. आपण सगळीचं माणसं कुटुंब-व्यवस्था मानणारी. कुटुंबाच्या उत्कर्षासाठी जिवाचं रान करीत असताना स्वार्थाचा वाराही आपण अंगाला लागू देत नाही. आपलं एकच ध्येय असतं. आपल्या कुटुंबाचा सुवर्णकाळ याची देही याची डोळी बघता यावा. त्यासाठी प्रत्येकजण बिनव्याजी झिजत असतो. मी ह्याला प्रत्येकाचं कर्तव्य समजतो; परंतु अशा वेळी जर कुटुंब-प्रमुखानं एका भावाला घराबाहेर काढलं, तर...

'तर..मंडळी, दुसऱ्यासमोर एकच पर्याय उरतो. पुन्हा उभं राहायचं. ह्या उभं राहण्यात स्वकीयांचा द्वेष करीत बसण्यात अर्थ नाही. त्यानं कसं वागावं, हे आपण जसं दुसऱ्याला सांगू शकत नाही, तसंच फक्त आपल्या अनुभवाच्या चांगल्या शिदोरीवर मी बाहेर आलो. मोठी संस्था, संस्थेचं नाव, लोकांचं गुडविल-काहीच पाठीशी नव्हतं.

'होती फक्त दुर्दम्य आशा आणि जनताजनार्दनाची चांगल्या कामाबद्दलची साथ आणि मला कृतज्ञपणे कबूल करावं लागतं की, महाराष्ट्राच्या उदार, प्रवासप्रेमी माणसानं ह्या केसरी पाटलांना पुन्हा उभं केलं.

'यावेळी मी माझी सगळी भूतकाळातली दुःखं गिळून टाकली. आज मला फक्त दिसतोय येणारा समोरचा चांगला दिवस-जो तुम्हा-आम्हांला आनंद देणारा आहे.'

सहलीचा शेवटचा दिवस होता. सगळेजण दाल लेकवरील चार चिनारजवळ जमले होते. प्रवास आज रात्री संपणार होता; परंतु भाऊंना दुपारी निघून जम्मूहून दुसरा सहल-ग्रूप आणायचा होता. त्यामुळं त्यांनी निरोप-समारंभ ठेवला होता.

सगळे चार चिनारच्या हिरवळीवर बसले होते.

केसरीभाऊंनी बोलायला सुरुवात केली :

'मंडळी, एका अवघड, तरी गोड प्रसंगासाठी आपण एकत्र जमलो आहोत. आज सहलीचा शेवटचा दिवस. काही प्रवासी रात्री बसनं जम्मूकडे जातील. विमानानं जाणारे सकाळी निघतील. मी तासाभरानं जम्मूकडं जातोय. आज रात्री दुसरा ग्रूप जम्मूला पोहोचत आहे. त्या ग्रूपला घेऊन मला परत यायचं आहे.

'आपल्याला निघण्यापूर्वी पुन्हा भेटता यायचं नाही, म्हणून आताच हे निरोपाचं बोलत आहे.

'गेले सात दिवस आपण इथं सगळेजण एकत्र राहिलात. सहलीची मजा लुटली. आम्हांला उत्तम सहकार्य दिलंत, ह्याबद्दल प्रथम मी आपले आभार मानत नाही. आभार याच्यासाठी मानत नाही की, आपले आभार मानून मला मोकळं व्हायचं नाही. आपण आता केसरी ग्रूप्सचे सभासद झालात. एका कुटुंबातील माणसानं कुटुंबातील माणसांचे आभार मानणं फारच अनौपचारिक होईल.

तरीही कुटुंब-प्रमुखाची जबाबदारी म्हणून मी आपल्या सहकार्याबद्दल कृतज्ञता व्यक्त करतो.

‘गेले सात दिवस मी तुमच्याशी बोलत आहे. कधी प्रसंगानुरूप तर कधी वैयक्तिकही. हे सगळं सांगत असताना उद्देश एवढाच होता की, तुमच्यांत आणि केसरी पाटलात कुठलीही अदृश्य भिंत राहू नये. दाल लेकच्या नितळ पाण्यात आपण जसं तळाकडं बघू शकतो. तसा पारदर्शकपणा आपण दररोजच्या वागण्यात दाखवावा असा प्रयत्न आपण सर्वांनी दाखवला आहे.

‘आज ह्या प्रसंगी मला माझ्या परम पूज्य वडीलांची आठवण प्रकर्षानं होते आहे. शिक्षकी पेशा स्वेच्छेनं सोडून सहल- आयोजनाच्या व्यवसायात मी उमेदीनं उतरलो. गेली वीस वर्षं सहल-आयोजन एक व्रत म्हणून काम करीत आलो. संस्थेसाठी काम करीत असताना मी वैयक्तिक सुख-दुःखांचा कधी विचारच केला नाही. ‘देशासाठी जसा सैनिक लढतो, डॉक्टर रोग्यासाठी काम करतो, शिक्षक ज्ञानदानाचं काम करतो, शेतकरी शेतात राबतो, तसंच सहल-आयोजन हे मुक्त विद्यापीठात ज्ञानदानाचं काम केल्यासारखं आहे. प्रत्येकाला आपलं काम करीत असताना एक प्रकारचा आनंद मिळत असतो. हाच आनंद गेली वीस वर्षं या सहल-आयोजनात मी अनुभवीत आहे.

‘ह्या कामात मला माझ्या वडिलांचे आशीर्वाद आणि त्यांनी सांगितलेला गुरुमंत्र सतत प्रेरणा देत आहे. ते म्हणत, ‘कोणतंही काम करताना, ते काम एक व्रत म्हणून करावं. मग यश तुमची साथ सोडत नाही.’

मंडळी, हे व्रत मी वडिलांच्या आशीर्वादानं स्वीकारलं. तुमच्यासारख्या सुजाण प्रेमिकांच्या सहकार्यानं यशाची साथ आज मिळतेय..’ केसरीभाऊ बोलायचे थांबले.

त्यांचे डोळे पाण्यानं भरले होते. त्यांनी चश्मा काढला. रुमालानं डोळे पुसले. क्षणभर निःशब्द उभे होते.

दुसऱ्या क्षणी त्यांनी स्वतःला सावरलं

‘अच्छा, मंडळी, आता आपण ह्या सहलीचा समारोप करतोय. शेवट गोड व्हावा, म्हणून आपण सर्वांनी खूपच काळजी घेतली. नियोजनात आमच्याकडून काही उणिवा राहिल्या आहेत, आम्ही काही प्रसंगी कमी पडलो आहोत, याची मला आणि माझ्या सर्व साथीदारांना पूर्ण कल्पना आहे, तरीही आपण उदारपणे सांभाळून घेतलं. फारशी तक्रार केली नाही.

‘हे सगळं काम एक टीम-वर्क आहे. केसरी ग्रूपमधील प्रत्येक घटकानं ह्या सहलीत महत्त्वाचं काम केलं आहे. या कामात सगळ्यांच्या कामाचा सहभाग

महत्त्वाचा आहे. माझ्या सर्व सहकाऱ्यांनी मला उत्तम साथ देण्याचा प्रयत्न केला आहे.

'शेवटी मी सर्वांना एक नम्र विनंती करतो. ह्या काही दिवसांत माझ्याकडून कुणाचा अवमान झाला, असं वाटत असेल, त्यांनी मला मोठा भाऊ समजून ह्या दाल सरोवरात तो राग सोडून मोकळ्या मनानं मला क्षमा करावी. मी जे काही बोललो, प्रसंगी कठोर वागलो, हे सगळं आपल्या सगळ्यांसाठी होतं. तो प्रसंग संपला, तसं मी विसरूनही गेलो. आपणही ते विसरून जावं.

'आता फक्त उरल्या आहेत तुम्हां सर्वांच्या सहवासाच्या सुखद आठवणी. तुम्हा सर्वांना माझ्या वतीनं, माझ्या सहकाऱ्यांच्या वतीनं पुढील शुभेच्छा. पुन्हा भेटूया, मंडळी.' म्हणून केसरीभाऊ शिकाऱ्यात बसले.

शिकारा दूर जाईपर्यंत सगळे सुन्न होऊन तिकडे बघत होते.

◆◆◆